हस्ताक्षरावरून सही सही स्वभाव

दिलीपराज प्रकाशनाची सर्व पुस्तके आता आपण Online खरेदी करू शकता.
आमच्या Website ला कृपया एकदा अवश्य भेट द्या. अथवा Email करा.
www.diliprajprakashan.in
Email - diliprajprakashan@yahoo.in

हस्ताक्षरावरून
सही सही स्वभाव

डॉ. मधुसूदन घाणेकर
(अध्यक्ष, जगातील पहिली हस्ताक्षर मनोविश्लेषण परिषद)

दिलीपराज प्रकाशन प्रा. लि.™
२५१ क, शनिवार पेठ, पुणे - ४११ ०३०.

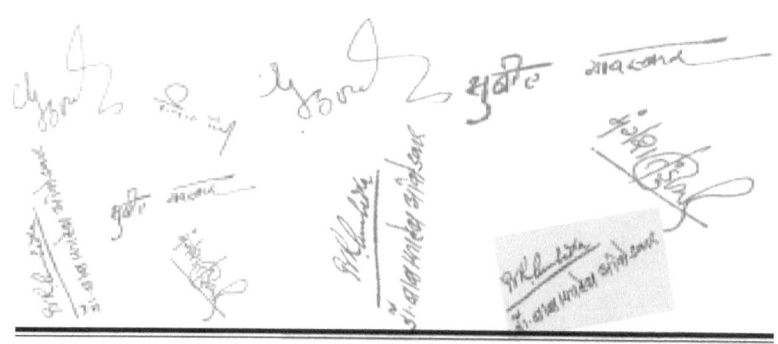

हस्ताक्षरावरून सही सही स्वभाव

डॉ. मधुसूदन घाणेकर

ISBN : 978 - 93 - 5117 - 022 - 8

प्रकाशक
राजीव दत्तात्रय बर्वे । मॅनेजिंग डायरेक्टर
दिलीपराज प्रकाशन प्रा. लि.
२५१ क, शनिवार पेठ
पुणे ४११०३०.
दूरध्वनी क्रमांक (फॅक्ससहित)
२४४७१७२३ । २४४८३९९५ ।
२४४९५३१४

© प्रकाशकाधीन

लेखक - डॉ. पं. मधुसूदन घाणेकर
२०२, शुक्रवार पेठ, फ्लॅट नं. ३,
लक्ष्मीकृपा सोसायटी, काळ्या हौदाजवळ,
पुणे - ४११००२.

मुद्रक
Repro India Ltd, Mumbai.

प्रकाशन दिनांक
१५ ऑक्टोबर २०१४

प्रकाशन क्रमांक
२१८१

अक्षरजुळणी
सौ. मधुमिता राजीव बर्वे
पितृछाया मुद्रणालय
९०९, रविवार पेठ
पुणे ४११००२.

मुद्रित शोधन
एस. एम. जोशी

मुखपृष्ठ
किशोर चिंचणे

हस्ताक्षर मनोविश्लेषण शास्त्र विषयाची
विशारद पदवी मिळवणारी भारतातील
पहिली बाल विद्यार्थिनी आणि
माझी कन्यका डॉ. ऋचा घाणेकर थत्ते हिला...

ऋणनिर्देश

राजीव दत्तात्रय बर्वे

सौ. मधुमिता राजीव बर्वे

लेखकाचे चार शब्द

'हस्ताक्षर आणि स्वभाव' ह्या पुस्तकाला अनपेक्षित आणि अमाप वाढता प्रतिसाद मिळाला याबाबत सर्वांचाच मी ऋणी आहे. हे पुस्तक लिहिताना, हस्ताक्षर मनोविश्लेषण शास्त्राची तोंडओळख होणे, त्याचा पाया– मूलभूत तत्त्वे (BASIC PRINCIPLES) निश्चित स्वरूपात कळणे हा प्रमुख हेतू होता. हस्ताक्षर मनोविश्लेषण शास्त्राचा विद्यार्थीवर्ग तयार व्हावा या भूमिकेने कळणे हा प्रमुख हेतू होता. हस्ताक्षर मनोविश्लेषण शास्त्राचा विद्यार्थीवर्ग तयार व्हावा या भूमिकेने 'हँडरायटिंग ॲनॅलिसिस रिसर्च फाउंडेशन' या संस्थेने 'विशारद' अभ्यासक्रमासाठी हे पुस्तक नेमले आणि याच अभ्यासक्रमाच्या आधारे आज संस्थेमध्ये ले. कर्नल दिवाण यांच्यासारख्या अनेकांनी 'हस्ताक्षर मनोविश्लेषण शास्त्र विशारद' ही पदवीही घेतली आहे. या गोष्टीचा निश्चितच मला आणि माझ्या संस्थेतील विश्वस्तांनाही अभिमान वाटतो. साहित्य, संगीत, शिक्षण, तंत्रज्ञान इ. विविध क्षेत्रांतील मंडळी या विषयाच्या अभ्यासाकडे वळली आहेत. ह्याहून अधिक या शास्त्राचे वेगळे श्रेय काय असावे?

कुठलेही शास्त्र, विज्ञान परिपूर्ण असू शकत नाही आणि यामुळेच संशोधनाला अंत नाही. बदलत्या परिस्थितीनुसार माणसाच्या राहणीमानात, विचारसरणीत कमी-जास्त फरक पडत जातो. जीवनाकडे आणि जगाकडेही पाहण्याच्या दृष्टिकोनातही फरक पडत राहतो. तात्पर्य, 'हस्ताक्षर मनोविश्लेषण शास्त्र' हे शास्त्र म्हणून सर्वांसमोर जाताना 'शब्द' हे अत्यंत प्रभावी माध्यम आहे. कुठल्याही शास्त्राकडे संशोधक-अभ्यासक म्हणून जसजसे पाऊल पुढे टाकत जावे तसतशी समुद्रासारखी खोली अधिकाधिक वाढत जाते. थोडक्यात, प्रत्येक शास्त्राला अथांगता असल्याने संशोधन... चिंतन... मनन... ह्या सर्व गोष्टींना अखंडताही असणे आवश्यक आहे व ही एक प्रकारची नैतिक... सामुदायिक प्रक्रियाच आहे. 'विशारद' अभ्यासक्रमाची जेव्हा पहिली बॅच पूर्ण झाली, त्यानंतर विद्यार्थ्यांचे जिथे असमाधान सुरू झाले तिथे माझ्या संशोधन कार्याला पुन्हा गती मिळाली. आणखी काही लिहावे, ह्या शास्त्राला आणखी काही वेगळ्या पद्धतीने दृष्टिकोन द्यावेत, व्यापकता वाढवावी, या सर्व

अनुषंगाने विद्यार्थ्यांशी सुसंवाद साधताना 'हस्ताक्षरावरून सही सही स्वभाव' ह्या नवीन निर्मितीलाच चालना मिळाली. 'हस्ताक्षर आणि स्वभाव' या पुस्तकाच्या माध्यमातून विद्यार्थ्यांना शास्त्रविषयक मूलभूत तत्त्वे मिळाली, दिशाही मिळाली. परंतु कुठंतरी (PRACTICAL APPROACH) अथवा तर्कशास्त्राच्या दृष्टिकोनातून भिन्नतेकडे हस्ताक्षर मनोविश्लेषण शास्त्राची परिमाणे कशी लावायची याविषयी संशोधनपूर्वक मार्गदर्शनाची गरज आहे हे लक्षात आले आणि मग त्या सर्व अनुषंगाने माझे चिंतन, मनन, संशोधन, लेखन सुरू झाले. अर्थातच, हे सारे करताना शास्त्राचा प्रसार होण्यासाठी 'अक्षरातील प्रतिबिंब' हा जो सर्वत्र 'हस्ताक्षर आणि स्वभाव' विषयक प्रात्यक्षिकांसह विश्वविक्रमी कार्यक्रम चालू आहे. त्यातून ९५% हून अधिक या शास्त्रातील सत्यता प्रत्ययास येत आहे. त्याचा या शास्त्राचा पंडित अभ्यासक्रम तयार करण्यासाठी निश्चितच उपयोग झाला आहे, म्हणजे जसे साहित्यनिर्मितीला प्रतिभेबरोबर अनुभूतीचीही जरुरी असते, तेच प्रत्यंतर हस्ताक्षर मनोविश्लेषण शास्त्राबाबत येते.

या पुस्तकात अनेक विषय मी अंतर्भूत केले आहेत आणि तसे म्हटले तर यातील प्रत्येक विषय देखील स्वतंत्रपणे खंडलेखनाचा विषय होऊ शकतो. यात आणखी अनंत विषय देखील समाविष्ट होऊ शकतील. परंतु हस्ताक्षरावरून सही सही स्वभाव हे नवीन पुस्तक आपणासमोर ठेवताना कुठलेही सूत्र, समीकरण अथवा प्रमेय सोडवायचे कसे हाच मूळ हेतू असल्याने अ अधिक ब वर्गाप्रमाणे आणखी क अधिक ड, इ अधिक फ वगैरे सूत्रे कशी सोडवायची याची आवश्यकता भासत नाही.

या पुस्तकात किमान काही समीकरणे जरी दिली असली तरी पुन्हा परिस्थितीसापेक्ष लावायची परिमाणे पुन्हा भिन्न भिन्न असणार आहेत.

हस्ताक्षर मनोविश्लेषण शास्त्र हे निरीक्षणाचे शास्त्र आहे. प्रबोधनाचे शास्त्र आहे. परिवर्तनाचे शास्त्र आहे. एक साधन म्हणून कसा उपयोग करायचा हे देखील प्रत्येकाच्या दृष्टीवर अवलंबून आहे.

हस्ताक्षरातील गोलाई, फराटे, रेघांमधील तीव्रता, गडदपणा... वगैरे गोष्टींसाठी अभ्यासकाला त्याची एक दृष्टीच असणे आवश्यक आहे. साहित्यिकाला उपजत प्रतिभा, गायकाला उपजत गळा, चित्रकाराला उपजत हात तसे– हस्ताक्षर मनोविश्लेषण शास्त्रज्ञाला देखील एक उपजत दृष्टीच असणे आवश्यक आहे. कुठल्याही पातळीवर 'हस्ताक्षर मनोविश्लेषण शास्त्रज्ञ' या नात्याने भूमिका कशी वठवायची यासाठी काही मार्गदर्शक तत्त्वे देता यावीत म्हणूनच मी ह्या नवीन पुस्तकाचा प्रपंच मांडला आहे.

अर्थात, ह्या पुस्तकाची बांधणी करताना वेळोवेळी माझा विद्यार्थीवर्ग देखील निर्मितीतील श्रेयाचा वाटेकरी ठरला आहे आणि याच निर्मितीच्या आधारावर संस्थेत

अनेक विद्यार्थ्यांनी ‘हस्ताक्षर मनोविश्लेषण शास्त्र पंडित’ पदवी देखील घेतली आहे. ‘विशारद’ झालेल्या विद्यार्थ्यांना ‘पंडित’चे अध्यापन करताना सदर निर्मिती मला आधारस्तंभ ठरली आहे.

या वाटचालीत साथ देणाऱ्या सर्वांचाच मी ऋणी आहे.

– डॉ. पं. मधुसूदन घाणेकर
संस्थापक अध्यक्ष,
हँडरायटिंग ॲनॅलिसिस रिसर्च फाउंडेशन, पुणे

'माणूस ओळखण्याचे गाइड'

माणूस मुळातच समूहप्रिय प्राणी आहे. त्याला त्याच्या अनुभवविश्वामध्ये रमायला आवडते हे खरे! पण त्यातही त्याला कोणाची तरी सोबत हवी असते. आनंदाच्या तसेच दुःखाच्या क्षणीही माणूस इतरांच्या सहवासाचा भुकेला असतो. कधी कधी एखाद्या प्रसंगी माणसांचा तिटकारा येतो. कधी काही माणसे आपल्या मनाची उद्विग्नता वाढविण्यास कारणभूत ठरतात. अशा वेळी 'या लोकांपेक्षा ती मूक जनावरे बरी' असा विचारही आपल्या मनात येऊन जातो. पण शेवटी राग ओसरल्यावर अथवा नाइलाज म्हणून का होईना आपल्याला त्या माणसांना टाळता येत नाही. या माणसांपासून चार हात दूरच राहावे असे वाटू लागत असतानाच परत अंतर्मनात विचार येतो– 'आपले कौतुक करतात तीही अशीच माणसे ना? माणसे नसती तर आपले कौतुक कोणी केले असते? आपल्या यशालाही मग काय अर्थ राहिला असता? आपल्याला दुःखद प्रसंगी कोणी धीर दिला असता?' एकूणच काय, तर माणूस इतरांना टाळू शकत नाही. त्यांच्या समवेतच त्याला अपरिहार्यपणे राहावे लागते. परंतु अशा बऱ्या-वाईट अनुभवांना सामोरे जात असतानाच प्रत्येकाच्या अनुभवविश्वाचे साद-प्रतिसाद त्याच्या अंतर्मनावर उठत असतात. तेथे या प्रसंगाची जाणीवपूर्वक नोंद घेतली जाते व असे काही प्रसंग माणसाची

जडणघडण करण्यास कारणीभूत ठरत असतात.

अशा अंतर्मनाच्याही बारकाव्यांसकट माणसाला ओळखण्याचे जणू गाइडच डॉ. मधुसूदन घाणेकरांना हस्ताक्षरावरून सही सही स्वभाव या पुस्तकाच्या रूपाने वाचकांसमोर ठेवले आहे. डॉ. मधुसूदन घाणेकर हे (HAND-WRITING RESEARCH ANALYSIS FOUNDATION) चे संस्थापक व अध्यक्ष असून त्यांचे या विषयावरील पहिले पुस्तक 'हस्ताक्षर आणि स्वभाव' आपल्यापैकी अनेकांच्या वाचनात आले असेलच. एखाद्याला विषयाचा गाभा समजावून दिल्यानंतर त्याला स्वत:च्या तर्क तसेच कल्पनाशक्तीच्या साहाय्याने तो विषय स्वत:च स्वत:ला करता येऊ शकतो. हे काही अंशी खरे आहे. परंतु प्रत्येकाची गती, अभिरुची वेगवेगळ्या विषयांमध्ये कार्यरत असते. त्यामुळे प्रत्येकालाच त्या विषयाच्या खोलीपर्यंत जाऊन पोहोचता येतेच असे नाही. अशावेळी या विषयाच्या वाचकांना डॉ. घाणेकरांचे हे पुस्तक गाइडप्रमाणे उपयोगी पडू शकेल.

त्यांच्या रूपाने आपल्याला एक दिलखुलास मित्र भेटला आहे याचा अनुभव वाचकांना हे पुस्तक वाचत असताना नक्कीच येईल. कधी हा मित्र आपल्याला मित्रत्वाचा सल्ला देतो तर कधी काही काही सूचना देऊन सावधही करतो.

आपण कल्पनाही करू शकणार नाही असे कित्येक विषय डॉ. घाणेकरांनी येथे केवळ हस्ताक्षराच्या माध्यमातून उलगडून दाखविले आहेत. तसेच पुस्तकाच्या सुरुवातीला दिलेली काही छोटी छोटी वाक्ये मनोरंजक तर आहेतच. शिवाय माणसाला ओळखण्याच्या त्या अप्रतिम गाइडलाइन्सही आहेत.

–सौ. अनुराधा जोगदेव

अनुक्रमणिका

अनुक्रमणिका

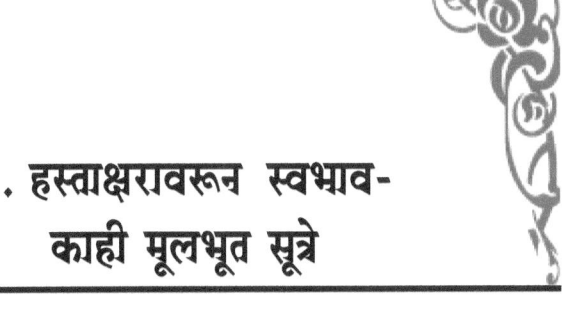

१. हस्ताक्षरावरून स्वभाव- काही मूलभूत सूत्रे

१. हस्ताक्षरामध्ये जो दाब असतो तो दाब आपल्या हाताचा अथवा बोटांचा नसून तो आपल्या मनाचा असतो. त्यामुळेच हस्ताक्षरात माणसाच्या मनाचे प्रतिबिंब पाहायला मिळते.

२. माणसाचे हस्ताक्षर चांगले की वाईट यावरून माणसाचा स्वभाव चांगला-वाईट नसतो, तर अक्षराचे अंतरंग कसे आहे त्यानुसार माणसाचे अंतरंग स्पष्ट होत असते.

३. शितावरून भाताची परीक्षा होत असते. कुठलेही अक्षर रेघेतून उगम पावत असते, त्यामुळे अज्ञानी व्यक्तीस अथवा जिला लिहिता येत नाही अशा व्यक्तीने नुसती रेघ जरी मारली तरी त्या रेघ मारण्याच्या पद्धतीवरून सदर व्यक्तीचा स्वभाव आपण जाणू शकतो.

४. जी माणसे अक्षरांत अंतर ठेवून लिहितात ती माणसे माणसांत अंतर ठेवून वागतात.

५. बारीक अक्षर विचारातील बारकावा दर्शवते. (नमुना १- पान १६ वर)

६. खालून वर जाणारे अक्षर आशावाद दर्शवते तर वरून खाली येणारे अक्षर निराशावाद दर्शवते.

७. अक्षरातील गोलाई-कलाप्रियता दर्शवते.

९. फराटे हे तामसी वृत्तीदर्शक असतात.

१०. अक्षरावरील रेघा मनावरील संयम प्रकट करतात.

११. 'अक्षरावर रेघा नसणे' ह्यातून स्वतंत्रपणे निर्णय घेण्याची क्षमता प्रकट होते. (नमुना २ - पान १७ वर)

१२. समासाकडे झुकणारे अक्षर आत्मीयतादर्शक असते तर समासापासून दूर जाणारे अक्षर अलिप्तपणाकडे कल प्रकट करते.

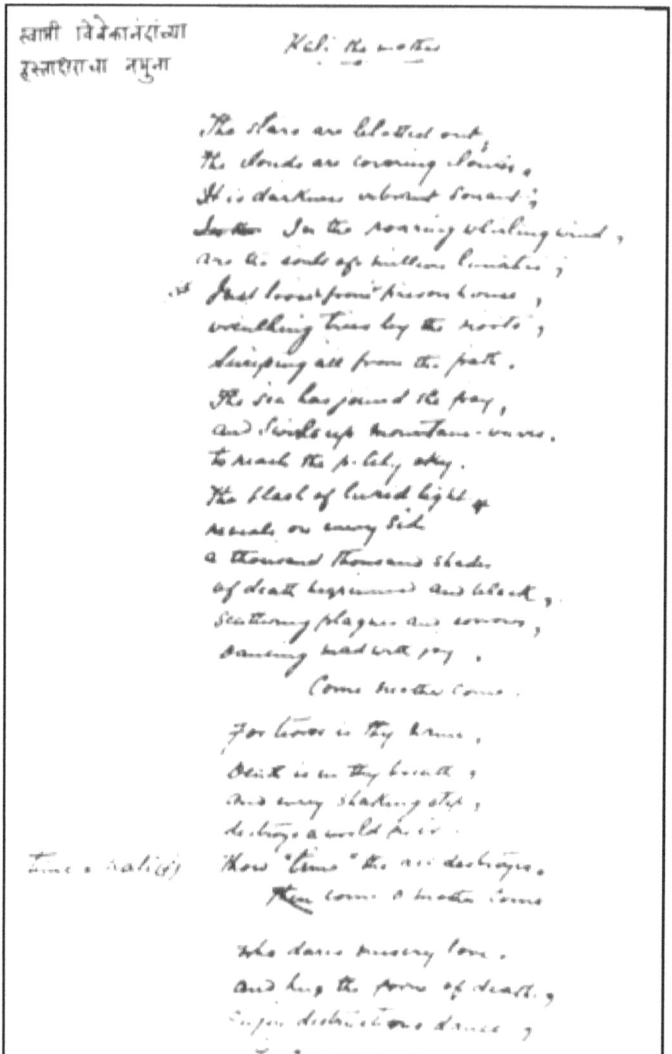

स्वामी विवेकानंदांच्या
हस्ताक्षराचा नमुना

Kali the mother

The stars are blotted out,
The clouds are covering clouds,
It is darkness vibrant sonant;
In the roaring whirling wind,
Are the souls of million lunatics;
Just loosed from prison house,
wrenching trees by the roots,
Sweeping all from the path.
The sea has joined the fray,
and swirls up mountain-waves,
to reach the pitchy sky.
The flash of lurid light
reveals on every side
a thousand thousand shades
of death begrimed and black,
Scattering plagues and sorrows,
Dancing mad with joy.
Come mother come.

For terror is thy name,
Death is in thy breath,
And every shaking step,
destroys a world for e'er.
Time = Kali(?) Thou "Time" the all destroyer.
Then come O mother come

Who dares misery love,
And hug the form of death,
Sings destruction's dance,
To him the mother comes.

नमुना १ : बारीक अक्षर: विचारातील बारकावा

१३. अल्प स्वल्पविराम हा काटकसर दाखवतो तर झोकून दिलेला स्वल्पविराम हा खर्चिक वृत्ती दर्शवतो, मनाचा उदारपणा दर्शवतो.

१४. अक्षरातील सौम्यपणा हा मनाचा समतोल दाखवतो तर अवाजवी स्वैरपणा हा मनाचा बेफिकीरपणा दाखवतो.

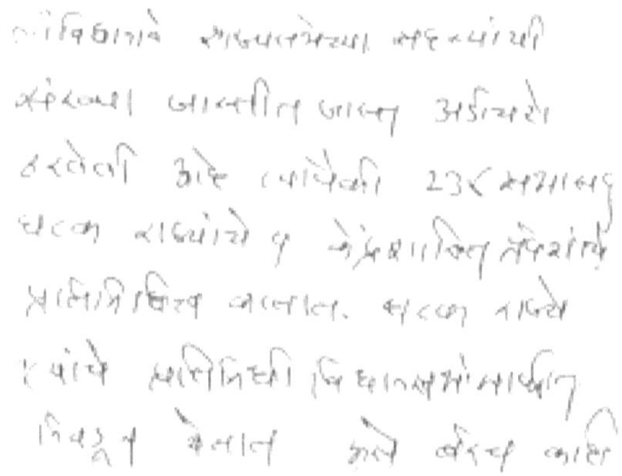

नमुना २

१५. अक्षरातील अवाजवी गोलाई ही सौंदर्याविषयी असलेली विकृत दृष्टी दाखवते.

१६. अक्षरातील प्रमाणबद्धता ही विचारातील प्रमाणबद्धता दर्शवते.

१७. कलत्या मात्रांमधून दुसऱ्याला समजून घेण्याची भावना व्यक्त होते.

१८. गतिमान रेघांमधून प्रबळ इच्छाशक्ती, उच्च महत्त्वाकांक्षा, निर्णय आणि कार्य-तत्परता प्रकट होते.

१९. सहीखालील रेघ आत्मविश्वास दर्शवते.

२०. हस्ताक्षरातील चेहऱ्यासारखी भासमान अक्षरे मिस्किल मनोवृत्ती व्यक्त करतात.

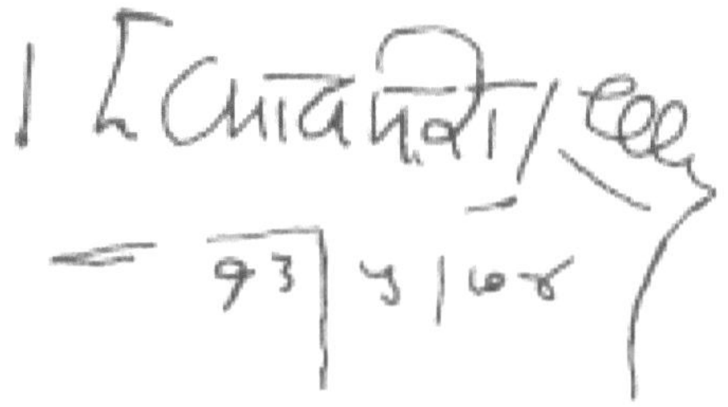

नमुना ३ सुप्रसिद्ध विनोदी साहित्यिक प्रा. द. मा. मिरासदार

नमुना ४ : ''वऱ्हाड निघालंय लंडनला'' फेम प्रा. लक्ष्मण देशपांडे

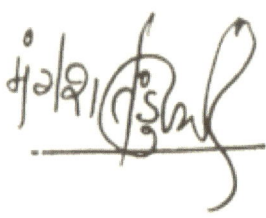

नमुना ५ - सुप्रसिद्ध व्यंग चित्रकार मंगेश तेंडुलकर

२१. गाठीविरहित रेघांमधून वैचारिक प्रगल्भता दिसते.

२२. अक्षरातील काहीसा गडदपणा हा भावुकता प्रकट करतो तर अवाजवी गडदपणामधून भावनेच्या आहारी जाण्याची वृत्ती व्यक्त होते.

२३. रेघांची टोके टोकदार असलेली माणसे टोचून बोलतात.

२४. अरुंद सही सावधगिरी दर्शवते तर रुंद सही झोकून देण्याची वृत्ती दर्शवते.

२५. सहीतील आद्याक्षर मोठे असल्यास अशा व्यक्ती स्वत:च्या क्षेत्रात स्वतंत्रपणे ठसा उमटवण्याच्या प्रयत्नात असतात.

२६. सहीमधील चढ-उतार प्रतिकूलतेवर मात करण्याची क्षमता दर्शवतात.

२७. साखळी पद्धतीची सही संघटनकौशल्य दर्शवतात.

२८. पोकळ अनुस्वार काढणारी व्यक्ती कुणाशीही मिळते-जुळते घेऊ शकते.

२९. सहीतील मागे फिरणारी रेघ ही निर्णयातील शेवटच्या टप्प्यातील अनपेक्षित बदल दाखवते.

३०. ऊर्ध्वगामी अक्षरे ऐहिक सुखाकडे कल दर्शवतात तर अधोगामी अक्षरे

भौतिक सुखाकडे कल दर्शवितात.

३१. गतिमान अक्षरे उच्च रक्तदाब दर्शवतात तर गतिहीन अक्षरे कमी रक्तदाब (LOW B.P.) दर्शवितात.

३२. पुसट अक्षरे निरुत्साह दर्शवतात तर ठळक अक्षरे उत्साह दर्शवतात

३३. गाठीयुक्त अक्षरातून आतल्या गाठीचा स्वभाव दिसतो.

३४. हस्ताक्षरातील आटोपशीरपणा हा व्यवस्थितपणा दाखवतो तर पसरटपणा हा गबाळेपणा दाखवतो.

३५. अक्षरावर अपवादाने येणारी तुटक रेघ ही बोलण्यातील पाल्हाळपणा दाखवते.

३६. वेलांटीची आत शिरणारी टोके ही विचारशक्तीमधील खोली स्पष्ट करतात.

३७. विविध रंगांची पेने वापरणारी माणसे रंगेल असतात.

३८. सहीतील दुर्बोधता ही मनातील दुर्बोधता व्यक्त करते.

३९. मोठे अक्षर असलेली माणसे मोठ्याने हसतात.

४०. लिहिताना काना, मात्रा किंवा अनुस्वार लिहायचा ज्यांचा विसरतो अशी माणसे विसराळू असतात.

४१. जी माणसे हळूहळू लिहितात ती माणसे हळूहळू चालतात. जी माणसे भरभर लिहितात ती माणसे भरभर चालतात.

४२. सौम्य काने-मात्रे असलेल्या व्यक्ती सौम्य बोलतात.

४३. गोल गोल अक्षरे काढणारी माणसे गोडगोड बोलतात.

४४. हस्ताक्षरातील दुबळेपणा हा मनाचा दुबळेपणा दर्शवतो.

४५. गतिमान आणि प्रमाणबद्ध अक्षर असलेल्या व्यक्तींमध्ये समाज-राष्ट्र परिवर्तनक्षमता असते.

***

२. हस्ताक्षराच्या कक्षा

हस्ताक्षराच्या चार कक्षा पडतात.

उत्तर कक्षा

भूतकाळ (डावी बाजू) = सामाजिक विचार = भविष्यकाळ (उजवी बाजू)

उत्तरकक्षा

हस्ताक्षरातील मात्रे, अनुस्वार, वेलांटी ह्या कक्षेत येतात. ऊर्ध्वगामी मात्रा महत्त्वाकांक्षा, इच्छाशक्ती, आदर्शवाद दर्शवतात. ऐहिक सुखाचा काळ कितपत आहे याचा अंदाज ह्या कक्षेवरून येतो. उत्तर कक्षेवरून माणसाची मूलभूत विचार-प्रणाली दिसते.

दक्षिण कक्षा

हस्ताक्षरातील खाली येणाऱ्या रेघा आणि उकार ह्या कक्षेत येतात. दक्षिण कक्षेच्या स्वरूपावरून माणसाचा भौतिक सुखाकडे पाहण्याचा दृष्टिकोन अजमावता येतो. शारीरिक-लैगिंक सुखाविषयीच्या कल्पना-प्रवृत्ती याचा शोध दक्षिण कक्षेवरून येतो.

डावी बाजू

डाव्या बाजूकडे झुकणारे हस्ताक्षर भूतकाळाकडे ओढा, (भूतकाळात रमण्याची प्रवृत्ती) जुने संबंध वृद्धिंगत करण्याकडे कल त्यातून प्रकट होतो.

उजवी बाजू

उजवीकडे झुकणारे हस्ताक्षर माणसाचे भविष्य काळाविषयी असलेले विचार

दर्शविते. भविष्यकाळाविषयी अधिक विचार करण्याची त्यातून प्रवृत्ती व्यक्त होते.
सरळ अक्षर - वर्तमानकाळाचा विचार दाखविते. तसेच मनाची स्थितप्रज्ञता दाखविते.
त्यातून बुद्धी व भावना यांचा समतोल दिसतो.

***

स्वर्गीय नर्तक - सर्वच जातीच्या पक्षांमधे
नर पक्षी दिसण्यास सुंदर असतात. स्वर्गीय
नर्तक उर्फ पॅरडाईझ फ्लायकॅचर हो त्याला
अपवाद नाही नर पक्षाला लांबलचक सुरेख
शेपटी असते कीटक पकडताना त्यांच्या

सरळ अक्षर.

उद्या शेजारचे श्री कुलकर्णी यांचे घरी जेवायला
बोलविले आहे. वहिनींनी तुलाही यायला सांगितले
आहे. तरी तुझे आवरून ठेव.

उजवीकडे कललेले अक्षर

समर्थ रामदास स्वामींनी 'दासबोध' या ग्रंथामधे
जीवनाचे सार विशद करून सांगितले आहे.
मुख्यात महत्त्वाच्या म्हणजे योग्य समयी निर्णय
घेता यायला हवा. कुटुंबाशी बरोबर आणि परवाच्या

३. मतिमंद व्यक्तीचे हस्ताक्षर

मतिमंद व्यक्तींच्या बाबतीत बौद्धिक वाढीचा अभाव असतो. या व्यक्तींच्या बाबतीत हस्ताक्षराचा विचार करताना त्यांच्या वयानुरूप विचार करून चालत नाही. कारण त्यांची शारीरिक वाढ आणि बौद्धिक वाढ ही व्यस्त प्रमाणात होत असलेली आढळते. बौद्धिक वाढ अति मंद गतीने किंवा वाढ खुंटण्याची पण शक्यता असते. अशा व्यक्तींचे शारीरिक वय प्रौढ असले तरी मानसिक वय हे किशोर अवस्थेत, किंबहुना बाल्यावस्थेत असण्याची भावना नाकारता येत नाही.

लिहू शकणाऱ्या परंतु मतिमंदांच्या हस्ताक्षराची वैशिष्ट्ये

१) आत्मविश्वासाचा अभाव असल्याने अक्षरामध्ये दुबळेपणा.

२) वैचारिक अथवा कल्पकतेच्या पातळीवर प्रगतीचा वेग पुरेसा नसल्याने अक्षराचे स्वरूप मोठे.

३) बौद्धिक प्रगतीचा वेग पुरेसा नसल्याने ध्येयवाद, इच्छाशक्ती, महत्त्वाकांक्षा, निर्णयक्षमता, आकलनशक्ती आदी विचार करण्याची क्षमता पुरेशी नसल्याने अक्षरात पुसटपणा.

मित्रत्वाची भूमिका

अशा व्यक्ती मनाने कमकुवत असतात. त्यांना समजावून घेऊन मित्रत्वाच्या भावनेने वागताना त्यांचा मानसिक आधार वाढवणे आवश्यक असते. त्यांच्या मनातील एकटेपणाची भावना काढण्याचा प्रयत्न करावा.

मनोरंजनासाठी त्यांना दृश्य माध्यमाची साधने उपलब्ध करून द्यावीत. सहवास वाढवावा, त्यांच्यामध्ये उपभोगी वृत्ती, कशात तरी गुंतून राहण्याची वृत्ती वाढवावी. नमुना क्र. ६ ते ११ पहा. अक्षरात अत्यंत मंदगती, हलका दाब आणि दुबळेपणा दिसतो. यातील व्यक्ती १५ ते २३ गटातील आणि एक व्यक्ती वय वर्ष

५३ परंतु; त्या सर्वांचेच मानसिक वय १० च्या आसपास आहे. या सर्वांना जेव्हा मजकूर लिहायला सांगितला तेव्हा त्यांच्या चेहऱ्यावर खूप बौद्धिक ताण पडत असल्याचे जाणवत होते. मुळात लिहायला प्रवृत्त होण्यासच अधिक वेळ लागत होता.

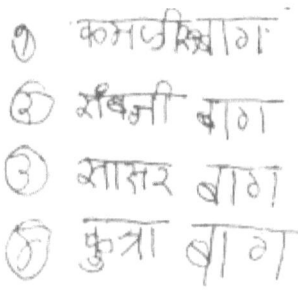

***

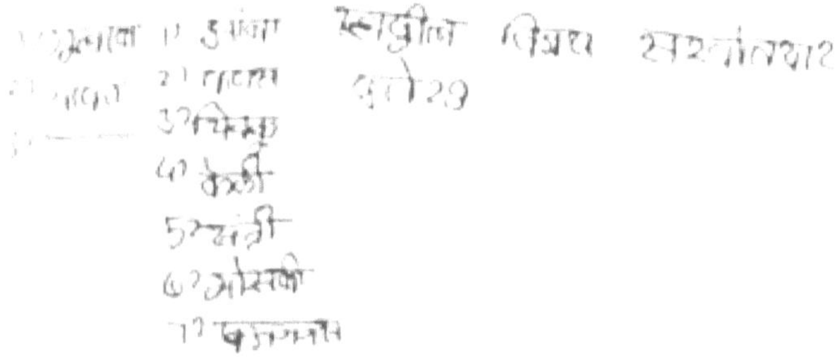

नमुना ६ - सदर हस्ताक्षर असलेल्या मुलाचे वय १६

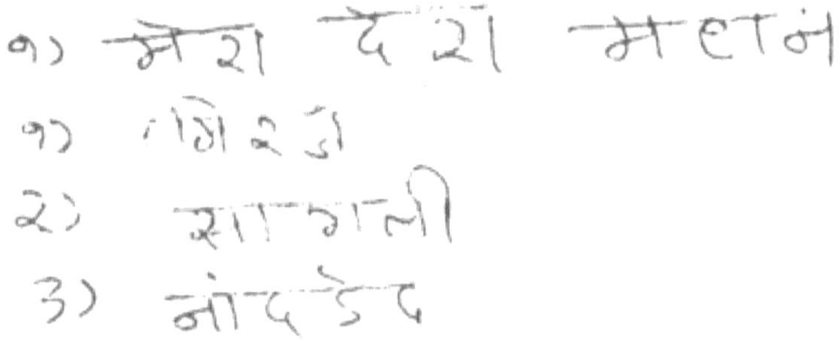

नमुना ७ - सदर हस्ताक्षर असलेल्या मुलीचे वय २०

नमुना ८ सदर हस्ताक्षर असलेल्या व्यक्तीचे वय २३

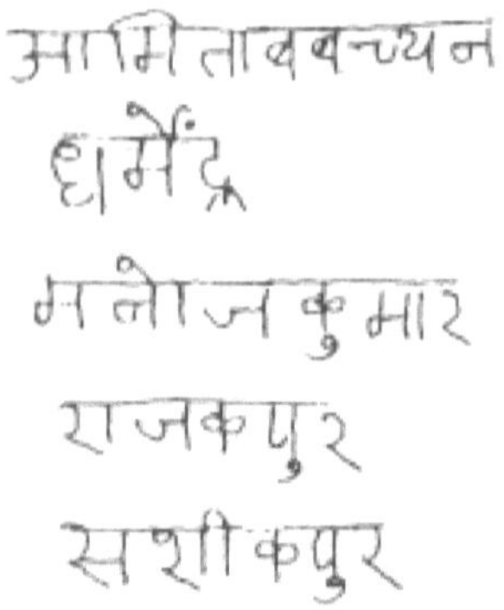

अमिताभबच्चन
धर्मेंद्र
मनोजकुमार
राजकपूर
सशीकपुर

नमुना ९ - सदर हस्ताक्षर असलेल्या व्यक्तीचे वय ५३

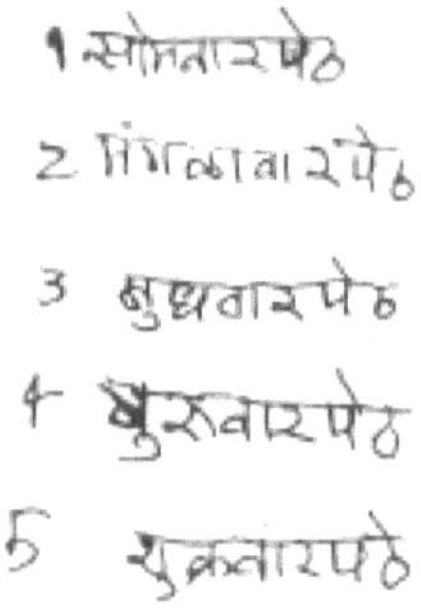

१ सोमवारपेठ
2 मंगळवारपेठ
3 बुधवारपेठ
4 गुरूवारपेठ
5 शुक्रवारपेठ

नमुना १० - सदर हस्ताक्षर असलेल्या मुलाचे वय १७

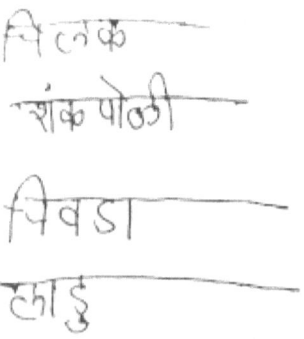

तिलक
शंकपोळी
चिवडा
लाई

नमुना - ११ सदर हस्ताक्षर असलेल्या मुलीचे वय १७

४. व्यसनाच्या आहारी गेलेल्या
व्यक्तीचे हस्ताक्षर

जेव्हा मनावरचा संयम ढळतो तेव्हा माणूस भावनेच्या आहारी जातो. तीच गोष्ट व्यसनाच्या बाबतीत घडते. व्यसनी व्यक्तीचा जेव्हा मनावरचा ताबा जातो तेव्हा तो त्या व्यसनाच्या आहारी जातो. आहारी जाणे ही मनाचा समतोल ढळण्याचे लक्षण असते. हस्ताक्षरातील समतोल ढळलेल्या स्थितीत असणे हे मनाच्या समतोलाची ढळती स्थिती दाखवत असते.

शरीराचा जेव्हा तोल जाऊ लागतो तेव्हा मनाचा तोल सुटलेला असतो. हस्ताक्षराच्या बाबतीत मनाचा तोल सुटला असता, हस्ताक्षरातील तोल सुटलेला आढळतो. मूळ हस्ताक्षरातील तीव्रता, ताठरता ही ओसरू लागते.

व्यसनाच्या आहारी गेलेल्या व्यक्तीला व्यसनापासून परावृत्त करण्याच्या दृष्टीने जेव्हा वैद्यकीय अथवा मानसशास्त्रीय प्रयोग चालू असतात तेव्हा त्याचा कितपत परिणाम होत आहे, हे आपण सदर संबंधित व्यक्तीच्या हस्ताक्षरावरून निश्चितपणे अजमावू शकतो.

व्यसनाच्या प्रमाणात फरक नसेल, आहे तसेच चालू असेल तर हस्ताक्षरातील समतोल हा ढळत्या स्वरूपातच राहील. व्यसनापासून परावृत्त करण्याचे प्रयत्न चालू असूनदेखील उलट व्यसनाचे प्रमाण अधिक वाढले असल्यास मनाचा तोल अधिक ढळल्याने स्वाभाविकच शरीराचा तोलही अधिक ढळणार. त्यामुळे हस्ताक्षरातील समतोल अधिक ढळलेला दिसेल. व्यसनाचे प्रमाण कमी होत असल्यास, मनावर ताबा वाढत जाईल आणि त्यामुळे हस्ताक्षरातील समतोल वाढता दिसेल.

मित्रत्वाची भूमिका

व्यसनापासून परावृत्त करण्यासाठी संबंधित व्यक्तीचे हस्ताक्षर कसे आहे त्यानुसार आपण मित्रत्वाचा सल्ला पुढील प्रमाणे देऊ शकू.

१) अक्षरात अंतर कमी

अशा व्यक्तीला आपण सांगू शकू की त्याला कुटुंबाविषयी आस्था आहे. त्याला जास्तीत जास्त कुटुंबामध्ये वेळ घालवायला सांगणे, जेणेकरून त्याला व्यसनाचा विचार करायला फारस वाव मिळणार नाही.

२) झोकून दिलेला स्वल्पविराम

अशा व्यक्तीस मित्रांपासून दूर राहण्यास सांगणे. मित्रांबरोबर व्यसनासाठी होणाऱ्या पैशाच्या उधळपट्टीला आणि व्यसनालाही हा एक प्रकारचा शहदेखील बसू शकेल.

३) अक्षरात गोलाई अथवा कमनीयता

अशा व्यक्तीमधील कलागुणांचा शोध घेऊन सदर कलेत जास्तीत जास्त वेळ देण्याचा सल्ला देणे.

४) हस्ताक्षरामध्ये गतिमान रेघा

सहीखाली खालून वर जाणारी रेघ, सहीमधील आद्याक्षर मोठे अशा व्यक्तीचा आपण आत्मविश्वास वाढवू शकू की तू निश्चयी आहेस, तुझ्यात प्रबळ इच्छाशक्ती आहे, आत्मविश्वास आहे. मनात आणले तर तू व्यसनापासून पूर्णपणे परावृत्त होऊ शकशील!

***

नमुना १२ - व्यसनाच्या आहारी जाण्याचे वाढते प्रमाण आणि त्यानुसार अक्षरांतील प्रमाणबद्धता वाढत्या प्रमाणात बिघडणारे

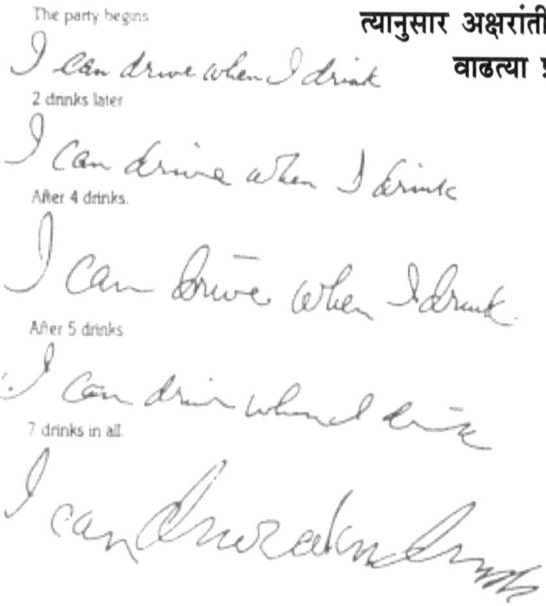

The party begins

I can drive when I drink

2 drinks later

I Can drive when I drink

After 4 drinks.

I Can drive when I drunk

After 5 drinks.

I can drin when I dri

7 drinks in all.

I can drurdnbn

५. गुन्हेगारी प्रवृत्ती

माणसाचे मन जेव्हा चंचल असते आणि अशावेळी हेतू जर वाईट असेल तर त्यातून माणूस गुन्हा करण्यास प्रवृत्त होतो.

एखाद्या गोष्टीविषयी मोह निर्माण झाल्यावर ती गोष्ट सन्मार्गाने जर मिळाली नाही आणि अशावेळी मनावर जर ताबा नसेल तर माणूस गुन्हा करण्यास प्रवृत्त होतो, तो ती गोष्ट वाममार्गाने मिळवण्याचा प्रयत्न करतो.

हस्ताक्षरातील गुन्हेगारीदर्शक काही लक्षणे

१) अक्षरात खाडाखोड.

२) अक्षरात फेरफार.

३) अक्षर काही ठिकाणी गिरवले जाणे.

४) हस्ताक्षरात प्रमाणबद्धतेचा अभाव.

५) अत्यंत दुर्बोध सही.

६) दुर्बोध सहीत अवाजवी फराटे.

७) एखादे अक्षर मधेच वाजवीपेक्षा जास्त गडद येणे.

८) अक्षरातही दुर्बोधता.

९) आद्याक्षर मोठे व बेढब.

१०) अक्षरातील रेघांमध्ये अवाजवी दाब.

गुन्हेगारीचे स्वरूप

१) अक्षरात खाडाखोड, फेरफार, एखादे अक्षर गडद इ. लक्षणे आर्थिक प्रलोभनातून गुन्हेगारीकडे असलेली प्रवृत्ती दर्शवितात.

२) गोलाई आणि दुर्बोधता हे दागदागिने, सोनेनाणे, मौलिक वस्तूंच्या प्रलोभनातून गुन्हेगारीकडे असलेली प्रवृत्ती दर्शवितात.

३) सही अथवा अक्षरातील अवाजवी गोलाई ही लैंगिक विकृती अथवा लैंगिक आकर्षणातून गुन्हेगारीकडे असलेली प्रवृत्ती दर्शवते.

४) दुर्बोधता, खाडाखोड, गिरवलेली अक्षरे ह्या गोष्टी सुप्त मार्गातून गुन्हेगारी दर्शवतात.

५) हस्ताक्षर अथवा सहीतील दुर्बोधता ही दुसऱ्याच्या बेसावधपणाचा गैरफायदा घेऊन गुन्हा करण्याची प्रवृत्ती दर्शवते.

६) अवाजवी फराटे आणि दुर्बोधता हे मारहाण करून, मनुष्यहानी करून लूटमारीची प्रवृत्ती दर्शवतात.

७) हस्ताक्षरात तळाशी गतीने येणाऱ्या रेघा ह्या दुसऱ्याची पिळवणूक करण्याची वृत्ती दर्शवतात.

८) दुर्बोधता आणि फराटे माणसाची डूक धरण्याची प्रवृत्ती दर्शवतात. खुनशी प्रवृत्ती दर्शवतात. अशी माणसे पाठीत खंजीर खुपसतात. (आकस्मिकपणे दुसऱ्याचे नुकसान घडवून आणतात.)

९) आद्याक्षर मोठे व बेढब असणाऱ्या गुन्हेगारांमध्ये खूप मारामाऱ्या करण्याची प्रवृत्ती दिसते. सूड बुद्धी दर्शवते.

१०) फराटे हे कुठल्याही नियमांचे उल्लंघन करण्याची प्रवृत्ती दर्शवतात.

***

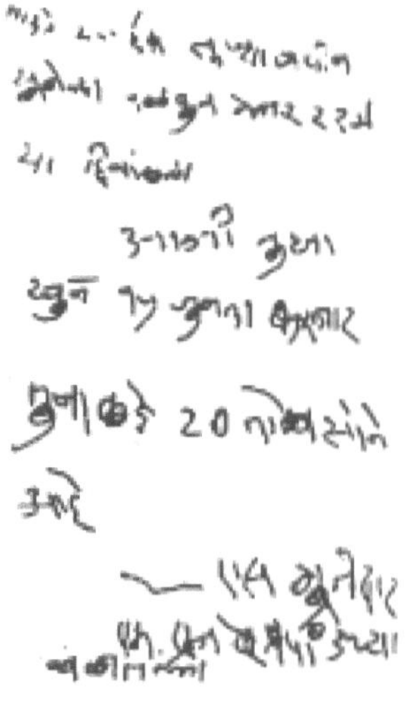

नमुना १३ - अक्षरांतील दुर्बोधता आणि त्याबरोबर प्रमाणबद्धतेचा अभाव, काही अक्षरे हेतुपूर्वक गिरवलेली. यातूनच गुन्हेगारी प्रवृत्ती दिसते.

६. आत्महत्येची प्रवृत्ती

मनावरचा ताबा सुटल्यावर अविचारातून घडणारी 'आत्महत्या' ही कृती असते. वैफल्य, अपयश ही प्रामुख्याने आत्महत्येमागची कारणे असतात. एखादा अनपेक्षित मानसिक धक्का बसल्यावर तो धक्का सहन करण्याची क्षमता जर नसेल तर मनुष्य आत्महत्येस प्रवृत्त होऊ शकतो. प्रेमभंग, कर्जबाजारीपणा, न बरा होणारा आजार, शिक्षणातील अपयश, बदनामी, उत्सुकतेविषयी विकृती (मृत्यू म्हणजे काय! प्रत्यक्ष अनुभवण्याची विकृत उत्सुकता) इत्यादी तत्सम कारणांमुळे आत्महत्यांचे प्रकार घडत असल्याचे प्रत्ययास येते.

वैफल्य, नैराश्य, उदासीनता ह्या मनाच्या कमकुवत स्थितींचा जेव्हा अतिरेक होतो तेव्हा माणूस आत्महत्येस प्रवृत्त होतो.

हस्ताक्षरामध्ये ह्या प्रकृतीचे पडसाद उमटतात. ही माणसे प्रतिकूलतेवर मात करण्यास असमर्थ ठरतात. त्यामुळे त्यांच्या आत्महत्येस त्यांचा मनाचा दुबळेपणा, कमकुवतपणा हा कारणीभूत ठरणारा असतो. त्यांचे हस्ताक्षर उतरते असते. अक्षरात पुसटपणा, अक्षरातील रेघांमध्ये दुबळेपणा, सहीखाली असलेली रेघ वरून खाली येणारी असते.

मनाविरुद्ध एखादी घटना घडल्यावर अथवा एखादा आकस्मिक मानसिक धक्का सहन न झाल्यास ही माणसे भावनेच्या आहारी जाऊन आत्महत्येस प्रवृत्त होतात. त्यामुळे अशा माणसांच्या हस्ताक्षरात वाजवीपेक्षा गडदपणादेखील आढळतो. आत्महत्या हा प्रकार अविचारातून घडतो. हस्ताक्षरातील दुर्बोधता ही अविचारातून निर्णय घेण्याकडे वृत्ती दर्शवते. दुर्बोधता आणि अवाजवी फराटे हेकेखोरपणा दर्शवतात आणि अपेक्षित गोष्ट न घडल्यास तडजोडीची भावना नसल्याने त्यातूनही माणूस आत्महत्येस प्रवृत्त होऊ शकतो.

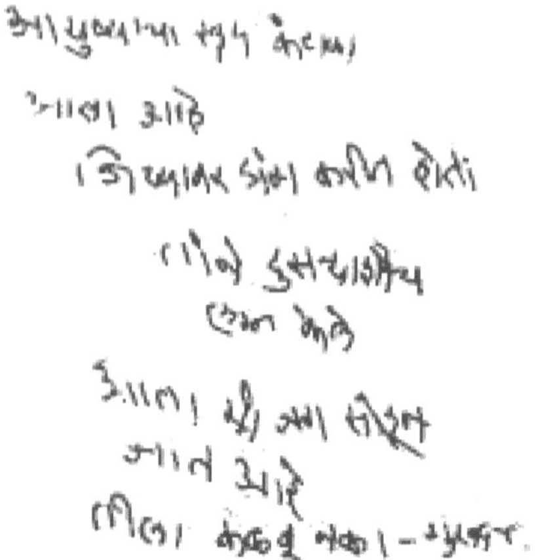

अनुष्काच्या सून केल्या
आला आहे
किव्यावर ठेवा करीत होता
गोळे उत्तरशीय
रूप केले
आला श्री आला पोहून
आला आहे
नमुः मिळा केळव्हू भक्षा - प्रकार उतरते,
अनुस्वार गडद - आत्महत्या प्रवृत्तादर्शक

***

७. निनावी पत्रे

सर्वसाधारणपणे नेहमी येणारी पत्रे हातात घेताच, पत्रावर नजर टाकताच पत्र कुणाचे आले आहे हे लगेच कळू शकते, कारण त्यातील अक्षर आपल्या परिचयाचे असते. नवीन एखाद्या व्यक्तीचे पत्र येते, तेव्हा त्या व्यक्तीने पत्रात स्वत: विषयीचा संदर्भ हा दिलेला असतोच.

परंतु आपल्या संदर्भाबाहेरील एखादे निनावी पत्र येते. तेव्हा मात्र आपण बुचकळ्यात पडतो. अशी येणारी पत्रे ३/४ स्वरूपाची असू शकतात.

अंधश्रद्धेपोटी आलेले पत्र. उदा. हे पत्र वाचल्यावर तुम्ही तुमच्या माहितीतील १८ जणांना पत्रे पाठवा नाहीतर अघटित घडेल... अशा आशयाची पत्रे आता सर्वांनाच माहिती झालेली आहेत. अशा पत्रांना आपण लगेच केराची टोपली दाखवतो. दुसरे एखादे निनावी पत्र येते त्यात बालिशपणा असतो, अविचारीपणातून केवळ ती केलेली कृती असते. त्यातील मजकूरदेखील असंबद्ध लिहिलेला असतो.

एखादे पत्र येते ते सुरक्षिततेच्या भावनेतून आलेले असते. त्यात एक प्रकारचा पलायनवाद असतो, लग्न ठरवलेल्या व्यक्तिसंदर्भात काही स्फोटक माहिती कळलेली असते, ती खुलेपणाने कळवल्यास रोष ओढवला जाऊ नये म्हणून तो एक प्रकारचा निनावी पत्र पाठवून केलेला खटाटोप असतो.

आणि एखादे निनावी पत्र येते ते मत्सराच्या भावनेतून लिहिले गेलेले असते. एखाद्याचे चांगले बघवत नाही म्हणून या ना त्या रूपाने चिखलात दगड टाकून कपडे खराब करण्याचा हा एक प्रकारच म्हणावा लागेल.

धमक्यांची येणारी निनावी पत्रे ही विनाकारण दहशतवाद निर्माण करणारी असतात.

थोडक्यात, तथ्य असलेली निनावी पत्रे अपवादानेच आढळतात.

निनावी पत्र पाठवणारी व्यक्तीदेखील परिचित व्यक्तीपैकीच असण्याची दाट शक्यता असते.

निनावी पत्र पाठवणाऱ्या व्यक्तीचा शोध घेण्यासाठी सर्वप्रथम सदर पत्र आपल्या हाती पाहिजे आणि दुसरी गोष्ट संशयित व्यक्तीचे हस्ताक्षर उपलब्ध करून घ्यावे म्हणजे दोन्ही हस्ताक्षरे एकमेकांशी कितपत जुळत आहेत हे पडताळून पाहणे शक्य होईल.

निनावी पत्र पाठवणारी व्यक्ती, स्वत:चा संशय येऊ नये याकरिता पत्र लिहिताना पत्रात अक्षर वेगळे काढण्याचा प्रयत्न निश्चितच करते. परंतु हा प्रयत्न शोधणे देखील अशक्य नसते. जसे माणसाने अचानक वेगळे कपडे घातले तरी तो माणूस आपण ओळखू शकतो. कारण त्याच्या चालण्या-बोलण्याच्या, हसण्या-खोकण्याच्या लकबी, शारीरिक ढब आपल्याला परिचित असतात. याचप्रमाणे अक्षर जरी बदलून काढले तरी मूळ लकबी कुठं ना कुठं तरी दिसूनच येतात.

आणि म्हणून निनावी पत्र आणि संशयिताचे हस्ताक्षर पडताळून पाहताना पुढील गोष्टींचे बारकाईने निरीक्षण करावे.

१) सर्वप्रथम संशयिताचे हस्ताक्षर बारकाईने पाहावे.

२) संशयिताच्या हस्ताक्षराच्या वैशिष्ट्यपूर्ण लकबींची नोंद करून घ्यावी. उदा. हस्ताक्षराच्या रेघा आहेत/नाहीत. हस्ताक्षरातील काना, मात्रा, वेलांटी, उकार देण्याच्या पद्धती, अनुस्वार पोकळ आहे की भरीव; र-ग, स-ध-म यासारखी अक्षरात गाठी देण्याची पद्धत, इ.

३) संशयिताच्या पत्रातील बऱ्याचशा लकबी आलेल्या पत्रातील हस्ताक्षराशी जुळत असतील तर संशयिताबाबतचे अंदाज बरोबर निघू शकतात.

निनावी पत्राविषयी निष्कर्ष काढण्याच्या काही पद्धती–

१) अक्षराचे स्वरूप मोठे असेल तर पत्र अविचारातून लिहिले आहे असे समजावे.

२) अक्षर दुर्बोध आणि फराटेयुक्त असेल तर असे पत्र मत्सराच्या भावनेपोटी आले आहे असे समजावे.

३) वाजवीपेक्षा गडद अक्षर असल्यास भावनेच्या आहारी जाऊन पत्र लिहिले आहे असे गृहीत धरावे.

४) अक्षरातील रेघा ह्या दुबळ्या असतील, अक्षरात निर्जीवता असेल तर पत्र हे दबावाखाली लिहिले गेले आहे असे समजावे.

५) अक्षरातील खाडाखोड असलेले पत्र हे आत्मविश्वासाच्या अभावातून तसेच चंचल- अस्थिर मन:स्थितीत आणि घडणाऱ्या परिणामाचा विचार न करता लिहिलेले पत्र असल्याचे निदर्शनास येते.

***

८. घरातून निघून गेलेल्या व्यक्तीचे हस्ताक्षर

घरातून बाहेर गेलेल्या व्यक्तीची येण्याची अपेक्षित वेळ टळून गेल्यावर जसजसा वेळ जास्त जातो तसतसा अशा व्यक्तीच्या न येण्याबाबत मनात नाही नाही ते विचार, नाही त्या शंका येणे हा मनुष्याचा स्वभावधर्म आहे. प्राथमिक अवस्थेत नातेवाइकांकडे-मित्रमंडळींकडे तपास केला जातो. त्याही मर्यादा संपल्यावर मात्र संबंधित-कुटुंबीय चिंतेत पडतात. अशा प्रसंगी माणसाच्या मनात नेहमी पहिल्यांदा वाईटच विचार येतो– सदर व्यक्तीने स्वत:चे काही बरे-वाईट केले नसेल ना?

अशा प्रसंगी 'हस्ताक्षर मनोविश्लेषण शास्त्र' निश्‍चितच एक मित्रत्वाची भूमिका वठवू शकते, घरातून निघून गेलेल्या व्यक्तीच्या संदर्भात जेव्हा कुणी संपर्कात येते तेव्हा सर्वप्रथम संबंधित व्यक्तीविषयी सर्व पार्श्वभूमी समजून घ्यावी. त्या व्यक्तीच्या आवडीनिवडी, वय-शिक्षण, नातेवाईक-मित्रपरिवार संबंध, निघून जाण्यापूर्वीच्या काही घटना इत्यादी माहिती जाणून घेतल्यावर व्यक्ती निघून जाण्यापूर्वीचे शेवटचे हस्ताक्षर, सही, काही चिठ्ठी-पत्र असल्यास ते देखील मागून घ्यावे.

निघून गेलेल्या व्यक्तीच्या हस्ताक्षराचा नमुना हाती आल्यावर, ती व्यक्ती नेमक्या कुठल्या मन:स्थितीत बाहेर पडली असावी याविषयी निष्कर्ष काढता येणे शक्य होईल. (अर्थात दैवावर अवलंबून असलेली एखादी घटना घडली असेल तर त्याबाबत मात्र अंदाज बांधणे शक्य होणार नाही.)

निष्कर्ष काढण्यासाठी काही आधारभूत तत्त्वे

१) अक्षरात अत्यंत कमी अंतर असेल तर अशी व्यक्ती नातेवाईक, मित्रपरिवार यांच्याकडे गेलेली असावी.

२) अक्षर अत्यंत गतिमान असेल तर एखाद्या ईर्षेपोटी ती व्यक्ती बाहेर पडली असावी. अशा व्यक्ती ईर्षेबाबत आशावादी काही घडल्यानंतर परत घरी

आल्याचा प्रत्यय देणारी उदाहरणे आहेत.

३) पुसट हस्ताक्षर अथवा उतरते हस्ताक्षर असेल तर घरातून निघून जाण्यामागे उदासीनता, विफलता अथवा मनाविरुद्ध एखादी घटना घडणे असे एखादे कारण दर्शविते.

४) खाडाखोड असेल तर घराबाहेर जाण्यामागचे कारण गैरसमज अथवा भावनेच्या आहारी जाऊन घडलेली कृती दर्शविते.

५) अवाजवी गोलाई अथवा गडदपणा हे घराबाहेर निघून जाण्यामागे प्रलोभन अथवा भिन्नलिंगी व्यक्तीचे आकर्षण दर्शवते.

६) अक्षरावर रेघा असतील अथवा हस्ताक्षरातील रेघा संयमित असतील तर अशी व्यक्ती घराबाहेर निघून जरी गेली असली तरी सदर कारण तात्कालिक असेल, अशी व्यक्ती कुठल्याही गोष्टीचा अतिरेक करणार नाही.

७) सहीखाली शेवटी पुढून मागे फिरणारी रेघ असेल तर अशी व्यक्ती माघारी येईल आणि आल्यावर अपेक्षित तडजोडीची तयारी दर्शवेल.

८) सहीत दुर्बोधता आणि जोडीला फराटे असतील तर घराबाहेर निघून जाण्यामागच्या कारणाच्या शुद्धतेविषयी शाश्वती देता येणार नाही.

९) झोकून दिलेला स्वल्पविराम, सहीत अलंकृतपणा असेल तर घराबाहेर निघून जाण्याचे कारण लहरीपणा असेल. मनात एखाद्या गोष्टीविषयी सणक आली आणि ती मिळवण्यासाठी भरकटत जाऊन घराचे भान न राहणे अशी मन:स्थिती दर्शवेल.

***

१. सुंदर हस्ताक्षर

अक्षर चांगले की वाईट यावर माणसाचा स्वभाव ठरत नाही. अक्षरातील वळणे कशी आहेत त्यावर माणसाचा स्वभाव ठरत असतो. 'चांगले अक्षर' ह्या संज्ञेमध्ये अक्षर 'सुवाच्य' खाडाखोड नसलेले, व्यवस्थित असा अर्थ अभिप्रेत असतो. परंतु 'सुंदर हस्ताक्षर' मध्ये हस्ताक्षराची सुंदरता हा विशेष गुणधर्म अभिप्रेत ठरतो. शिल्पकार एखादी सुंदर मूर्ती घडवतो. एखादे ओतीव-घोटीव, कोरीव काम ह्या सर्व गोष्टींतून सुंदर कलाकृतीचा आविष्कार घडत असतो. त्याचप्रमाणे सुंदर हस्ताक्षरसुद्धा एक प्रकारची सुंदर ओतीव-घोटीव कलाकृतीच असते. ज्याप्रमाणे एखादी कलाकृती घडवण्यासाठी एकाग्रता, नियोजन, शांतता, तल्लीनता, तरलता, संवेदनशीलता, सौंदर्यदृष्टी, मनावरचा ताबा, चिकाटी, ... हे सर्व गुण कारणीभूत ठरणारे असतात... एक प्रकारचा कलावंताचा उपजत हातच असावा लागतो त्याचप्रमाणे सुंदर हस्ताक्षर असणाऱ्या व्यक्तीमध्ये सदर गुणधर्म अंतर्भूत असतात. जेव्हा एखाद्या गुणधर्माचा अतिरेक झाला, मर्यादांचे उल्लंघन झाले, की त्यातून विसंगतीला प्रारंभ होतो. गुणधर्माला तडा जाऊन त्यातून अवगुण दिसू लागतात.

उदा. चहामध्ये साखर जरा जरी जास्त झाली की चहाची गोडी जाऊ लागते. फुलांची माळ करताना दोऱ्यात फुले ओवतो, परंतु जरा फुले जास्त झाली की त्या फुलांचे दोऱ्याला ओझे वाटायला लागते. शब्द, स्वर आणि ताल यांचे गणित जमले नाही तर ते गाणे बेताल होते, सूर बेसूर होतात. कागदावर आपण जेव्हा एखादा ठिपका काढतो तो ठिपका जरा जरी दाट आला, गडद आला की कागदावर शाई पसरते.

सुंदर हस्ताक्षरातील गोलाई ही कलाप्रियता, रसिकता, उत्साह, मनाचा रसरशीतपणा दर्शवणारी असते. ही गोलाई जरा जरी अवाजवी झाली की त्यातून सौंदर्यविषयक विकृती दर्शवू लागते. मनावरचा संयम ढळण्याची शक्यता नाकारता

येत नाही. प्रलोभनाच्या आहारी जाण्याचा संभव दिसतो. सुंदर अक्षरातील गडदपणा हा संवेदनशीलता दाखवतो. त्यातून भावनाप्रधान व्यक्तिमत्त्व प्रकट होते. हृदयातील आर्द्रता त्यातून दिसते. परंतु हा गडदपणा जेव्हा अधिक होतो, तेव्हा माणूस भावनेच्या आहारी जाण्याकडचा कल संभवतो.

सुंदर हस्ताक्षरातील, आकाशात विहारणाऱ्या पक्ष्याप्रमाणे असणारी रेघेतील स्वैरता ही जेव्हा मर्यादा ओलांडते तेव्हा भावनेचा अतिरेक प्रकट होतो. तामसीपणा त्यातून प्रकटतो. थोडक्यात, गुणदर्शक घटकांच्या पलीकडे जेव्हा सुंदर हस्ताक्षर वळण घेते तेव्हा माणसाच्या स्वभावाची दुसरी बाजू प्रत्ययास येते.

✱✱✱

सौ. मेघना घाणेकर
सचिव
हस्ताक्षर पृथ:करण शोध संस्थान
राघव,
७/८,श्री रघुराज निवासिका
'सह्याद्री डायस्टफ'समोर
विठ्ठलवाडी रस्ता
पुणे ४११०३०
महाराष्ट्र

नमुना १५ : प्रेषक :

श्रीकृष्ण बेडेकर
६३, टिळक पथ, रामबाग परिसर,
इंदूर ४५२००४.

१०. बौद्धिक कस

'बौद्धिक कस' अजमावताना आकलनशक्ती, निर्णयक्षमता, नियोजन क्षमता, कार्यप्रणाली, परिस्थितीनुरूप निर्णयातील बदल करण्याची क्षमता, तडजोडवृत्ती, एकच गोष्ट अनेक दृष्टिकोनांतून पाहण्याचा व्यापक दृष्टिकोन, शक्यता-अशक्यता अजमावण्याची क्षमता आणि ह्या सर्व गोष्टींबरोबर इच्छा-शक्ती, महत्त्वाकांक्षा- आत्मविश्वास व प्रतिकूलतेवर मात करण्याच्या दृष्टीने घ्यावयाची निर्णयक्षमता या सर्व बाजूंचा विचार करावा लागतो.

बारीक हस्ताक्षर दूरदृष्टी दर्शवते. कुठला निर्णय घेतल्यावर काय परिणाम घडेल याचा अंदाज अशा व्यक्तींना असतो.

अक्षर बारीक, प्रमाणबद्ध आणि अक्षरातील रेघांमध्ये ताठरता-तीव्रता असल्यास तीव्र आकलनशक्ती त्यातून दिसते.

प्रमाणबद्ध हस्ताक्षर निर्णयातील धीमेपणा दर्शवते तर गतिमान अक्षर निर्णय तत्परता दर्शवेल. अक्षरातील प्रमाणबद्धता ही उत्कृष्ट नियोजन दर्शवते. अक्षरातील कमनीयता ही परिस्थितीनुरूप बदल करण्याची क्षमता दर्शवते. सहीमध्ये जेवढे चढ- उतार अधिक तेवढी व्यक्ती हरहुन्नरी असते.

अशा व्यक्तीकडे व्यापक दृष्टिकोन असतो. अक्षरातील सौम्यपणा हा निर्णयातील, कृतीतील धीमेपणा दर्शवतो तर प्रमाणबद्धता आणि गतिमानता यामधून कमी वेळेत जास्तीत जास्त गोष्टी साधण्याचे नियोजन कौशल्य आढळून येते. ऊर्ध्वगामी मात्रे, रफार हे प्रबळ इच्छाशक्ती आणि महत्त्वाकांक्षा दाखवतात. सहीखाली खालून वर जाणारी रेघ आत्मविश्वास आणि प्रतिकूलतेवर मात करण्याची शक्यता दाखवते. गाठीविरहित रेघा ह्या वैचारिक प्रभाव दर्शवतात तर वेलांटीची टोके रेघेच्या आत शिरत असतील तर त्यातून वैचारिक खोली सिद्ध होते.

कुठल्याही गोष्टीसाठी, आकलनासाठी एकाग्रता हवी. बारीक अक्षर,

प्रमाणबद्धता, हस्ताक्षरातील संयमित रेघा यातून एकाग्रवृत्ती दिसते.

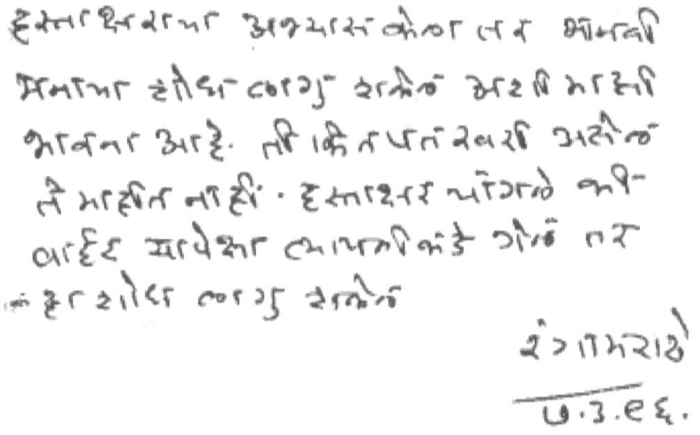

नमुना १६ - सहीखाली खालून वर जाणारी रेघ आशावाद, आत्मविश्वास दर्शक हस्ताक्षरातील प्रमाणबद्ध अंतर विचारातील प्रमाणबद्धता दर्शक आणि प्रत्येक अक्षरावर स्वतंत्र रेघ - एकाग्रता दर्शक.

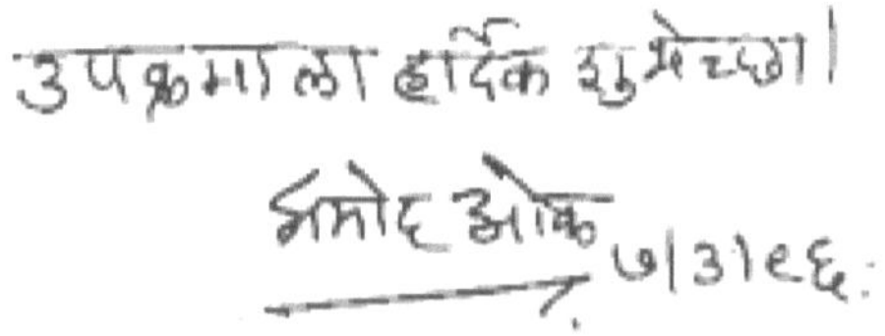

नमुना १७ सहीखाली रेघेचे टोक किंचितचे तीव्र स्वरूपात मागे वळलेले - आयुष्याकडे पाहण्याच्या दृष्टिकोनातील प्रभाव यातून दिसतो.

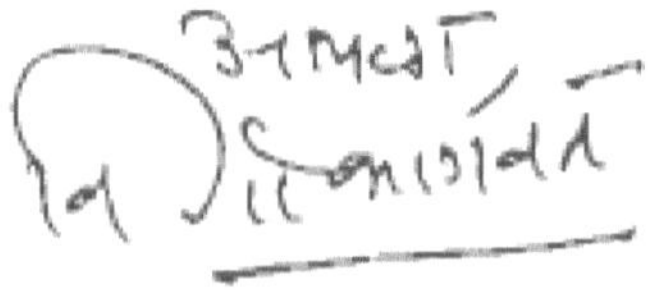

नमुना १८ वेलांटी ढंगदार, मात्र कलती, सहीखालील रेघेखाली दोन टिंबे यातनू आत्मविश्वासपूर्वक वैचारिक प्रभाव दिसतो.

***

११. लहान मुलांचे हस्ताक्षर

अभ्यासक्रमाच्या सुरुवातीला मी, मनोविश्लेषणाचा नमुना कसा घ्यावा ह्या संदर्भात असे म्हटले होते की लहान मुलांचे हस्ताक्षर घेऊ नये. ते या अर्थाने की लहान मुलांच्या हस्ताक्षरावरून त्याचे कायम स्वरूपाचे, निश्चित स्वरूपाचे मनोविश्लेषण करण्यावर मर्यादा खूप असतात. कारण लहान मुलांवर आई-वडील-नातेवाईक, शेजारी... शाळा, पुढे कॉलेज/मित्र परिवार... यांचे संस्कार सतत घडत असतात.

सहवासाचा परिणाम घडत असतो. स्वतंत्रपणे निर्णय घेण्याची क्षमता जेव्हा त्याच्यात निर्माण होते, तो जेव्हा स्वत: कमवायला लागतो तेव्हा त्याची ध्येयधोरणे निश्चित होऊ लागतात. मुलांच्या हस्ताक्षरात, त्यांच्यात होत जाणाऱ्या मानसिक... शारीरिक बदलानुसार फरक पडत जातो.

त्यामुळे लहान मुलांच्या स्वभावाचा निकषच काढावयाचा असेल तर तो अत्यंत अल्प अशा कालावधीपुरताच मर्यादित राहू शकतो. लहान मुलांच्या शाळेच्या वह्या सुरुवातीपासून चाळत राहिल्यास त्यातील होत जाणारा बदल आपण अजमावू शकतो. मुळातच लहान मुलांमध्ये चंचल मनोवृत्ती असते. अधूनमधून त्यांचे हस्ताक्षर पाहिले असता आपल्याला लक्षात येऊ शकते की आता याची एकाग्रता / कल अभ्यासाकडे अधिक आहे की खेळाकडे. लहान मुलांच्या हस्ताक्षरावरून स्वभाव ओळखण्यासाठी पुढील काही सिद्धान्त प्रत्ययास आले आहेत.

१) मोठे अक्षर

मोठ्या वस्तूंविषयी आकर्षण. हत्ती... वाघ... सिंह इ. मोठ्या प्राण्यांविषयी आकर्षण, फुटबॉल, डॉजबॉल खेळाची आवड. टी.व्ही. नाटक, खेळ, चित्रे पाहायला आवडतात. हिंडण्या... फिरण्यातून मनसोक्त आनंद लुटायला आवडतो.

२) बारीक अक्षर

लहान वस्तूंविषयी आकर्षण, रंगीत मणी, रंगीत काचा, स्टॅम्प्स, गोट्या; प्राण्यांमध्ये उंदीर, छोट्या पेन्सिली, खोडरबर... इ. विषयक आकर्षण, गोष्टीची पुस्तकं वाचायला आवडतात. गाणी ऐकायला आवडतात. तुलनेने बैठ्या खेळाकडे ओढ दर्शवते. व्यवस्थितपणा, दप्तर नीट ठेवले जाते.

३) अक्षरात खाडाखोड

मनात एकाच वेळी अनेक विचार. अभ्यासात पूर्ण रमू शकत नाही. सतत धडपडणे, हातापायाला काही ना काही लागत असते. स्थिरपणा नाही.

४) किरटे अक्षर

अत्यंत किरटे अक्षर असेल (कुत्र्याचे पाय मांजराला... मांजराचे पाय कुत्र्याला) अशा स्थितीतील मुले कुठलीच गोष्ट मनापासून करत नसतात. त्यांच्या मनात नेमके काय आहे याचा अंदाज पालकांनी घेणे आवयक असते. मनातील निरुत्साह, अस्वस्थता त्यातून प्रकटते.

५) किडमिडी अक्षर

अशा मुलांना मातीत, चिखलात खेळायला आवडते. किड्यामुंग्यांविषयीचे आकर्षण दर्शवते. अशा मुलांना आपले कपडे, आपल्या वस्तूंचे भान नसते. अंगात गबाळेपणा असतो.

६) सुबक अक्षर

अक्षर सुबक असेल, अक्षरावर रेघा असतील तर अशी मुले गुणी असतात. अभ्यासाच्या वेळी अभ्यास, खेळाच्या वेळी खेळ अशी शिस्त असते. त्यांच्यात नम्रता असते. मोठ्या माणसांकडून प्रेम लावून घेतात. कुठलीही गोष्ट मन लावून करण्याकडे कल असतो. त्यांच्यात प्रामाणिकपणा असतो.

७) आणखी काही सिद्धान्त

अक्षर जवळजवळ काढले असल्यास खूप मित्र असतात. क्रिकेट, डबडा-ऐसपैस, शिवाशिवी, साखळी खेळ इ. खेळ आवडतात. ही मुले खेळातच इतकी रमतात की शेवटी ओरडायला लागते-आता खेळणे बास. अक्षरात अंतर असलेली मुलं एकेकटं खेळण्यात रमतात. अशी मुलं अभ्यासही आपापला करतात. अभ्यासासाठी बरोबर मित्र नसला तरी चालतो. अशा मुलांना नात्यातील अगदी मोजक्या व्यक्तींविषयी ओढा असतो. ह्या मुलांमध्ये तुलनेने एकाग्रता मात्र अधिक असते. ज्या मुलांचे अक्षर प्रमाणबद्ध असते अशी मुले धडा छान वाचतात. नाटक, वक्तृत्व, गोष्ट सांगणे इ. मध्ये विशेष गुण दाखवतात. अक्षरातील गोलाई ही मुलांमधील कलाप्रियता दाखवतात.

अशी मुले सजावट छान करू शकतात. पत्त्यांचा बंगला, शोभादर्शक, आकाशकंदील, कागदाचे विमान... उंदीर, बेडूक, इ. हस्तकला आकर्षकरित्या सादर करू शकतात. हस्ताक्षरातील बारीक बारीक फराटे ही मुलांमधील कुरकुऱ्या स्वभाव, चिडखोरपणा, वाद घालण्याची वृत्ती दाखवतात. अक्षरात कमा दाब असेल, जोर कमी असेल तरी अशी मुलं गरीब बिचारी असतात. कुणी जरी रागावलं तरी लगेच रडतात. अशा मुलांना परगावी गेल्यावर आई-वडिलांची, सगळ्यांची सारखी आठवण होते.

***

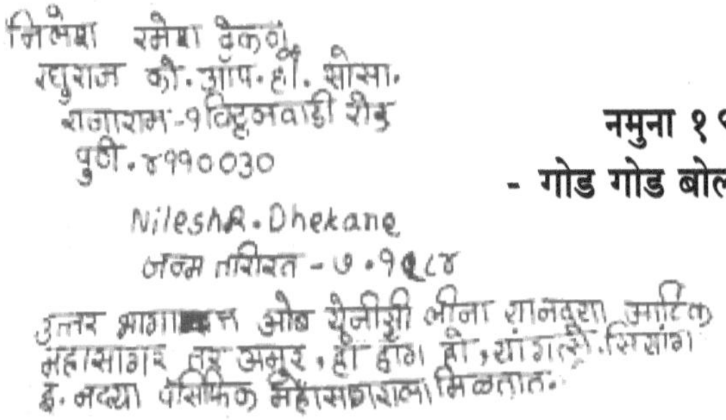

नमुना १९ - गोल गोल अक्षर
- गोड गोड बोलणे, सारखे खेळणे.

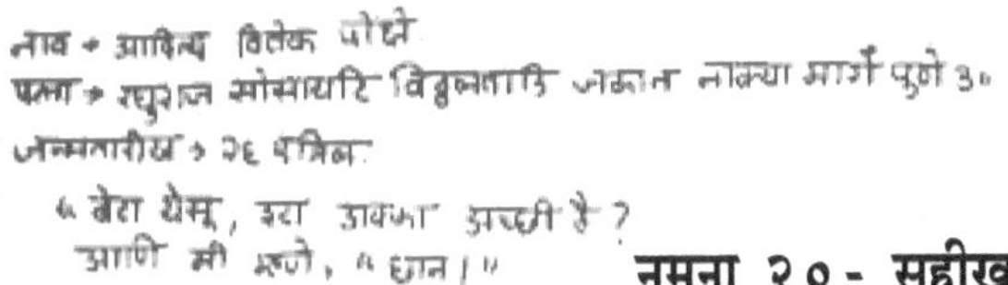

नमुना २० - सहीखाली खालून वर जाणारी रेघ - खणखणीत आवाज,आरडाओरडा, दंगा करण्याची वृत्ती.

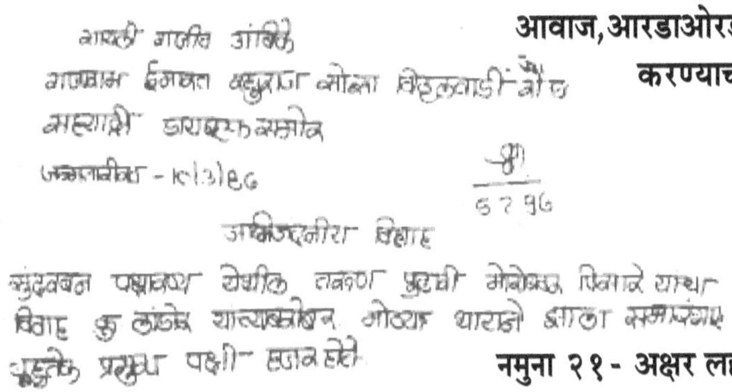

नमुना २१- अक्षर लहान मोठे
- चंचलता.

१२. महिलांचे हस्ताक्षर

निसर्गाने मनुष्य घडवताना मुळातच स्त्रीकडे दुर्बलता परंतु मानसिक सोशिकता दिलेली आहे आणि सोशिकता आहे म्हणूनच ती प्रसूतीच्या वेदना सहन करू शकते. प्रसूती हा स्त्रीचा दुसरा जन्मच म्हटला जातो. तिच्यातील सोशिकतेमुळेच ती कुठल्याही कठीण प्रसंगाला सामोरे जाऊ शकते. आयुष्यात अत्यंत बाका प्रसंग उभा राहतो. तेव्हा पुरुषाला मानसिक आधार देऊ शकते ती स्त्रीच. स्त्रीला जीवनात वेगवेगळ्या भूमिका एकाच वेळी पार पाडाव्या लागतात. आई, बहीण आणि पत्नी अशा तिहेरी भूमिकेतून स्त्रीचे जीवन सफल ठरत असते. स्त्रीमधील आर्द्रता, सोशिकता ही तुलनेने पुरुषापेक्षा अधिक असल्याने, तौलनिक विचार करता स्त्रीच्या हस्ताक्षरात सौम्यपणा हा अधिक असतो. स्त्री दुर्बल असल्याने तिच्यात हळुवारपणाही अधिक असतो. त्यामुळे तिच्या हस्ताक्षरात गोलाईदेखील अधिक आढळते. अनेक मर्यादांमधून तिला जावे लागत असल्याने हस्ताक्षरातील काने, मात्रे उकार संयमितपणे कागदावर उतरताना दिसतात. त्यामुळे व्यवहारातदेखील स्त्री खर्च करताना हात राखून करते. निसर्गाने सौंदर्यदेखील स्त्रीकडेच दिले आहे. त्यामुळे रंगसंगतीची जाण... सौंदर्यदृष्टी ही तुलनेने स्त्रीमध्ये अधिक आढळते.

स्त्री जो स्वयंपाक करते, वेगवेगळे पदार्थ करते त्यात तिखट-मीठ, चिंच गुळाचे प्रमाण कसे असते हे तिचे अक्षर दर्शवते. हस्ताक्षरातील संयमितपणा हा, पदार्थातील, चवीपुरते तिखट घालण्याकडे कल दर्शवतो. हस्ताक्षरातील रेघांतील तीव्रता अथवा काहीसे फराटे हा पदार्थामधील झणझणीतपणा दाखवतो. हस्ताक्षरातील विस्कळितपणा हा घरातील पसारा दाखवतो. तर प्रमाणबद्ध बारीक हस्ताक्षर घरातील टापटीप दाखवते इतके की घासलेली भांडी लावल्यावर त्या भांड्यांवर जरा देखील पाण्याचा ओघळ दिसत नाही.

हस्ताक्षरातील रेघांमधील कमनीयता हा स्त्रीमधील विनय, नम्रता, आत्मीयता,

सर्वांविषयी आपलेपणा, जिव्हाळा प्रकट करणारी असते. रेघांमधील गोलाई, कमनीयता ही कलाप्रियता दर्शवणारी, रंगसंगतीची जाण दर्शवणारी असते. हस्ताक्षरातील तीव्र रेघा/फराटे हा स्त्रीच्या स्वभावातील अहंभाव, तामसीपणा, अति स्पष्टवक्तेपणा दाखवतो.

सहीखालील रेघ आत्मविश्वास दाखवतो. सहीखालील संयमित रेघ ही स्त्रीच्या स्वभावातील समतोलवृत्ती दाखवतो. मोठे हस्ताक्षर मोठ्या वस्तूंचे आकर्षण दाखवते. (कानात रिंगा घालायला आवडतात.) प्लेन साड्यांकडे कल दाखवतो. हातावर नक्षीदार मेंदी घालत बसण्याऐवजी सरळ मेंदी फासण्याला आवडते. याउलट बारीक हस्ताक्षर हा सर्वच बाबतीत बारकावा दाखवतो. साड्यांची निवड करताना डिझाईनिंगकडे अधिक ओढा असतो. अशा महिला कांदा-टोमॅटो अगदी छान बारीक चिरतात.

हस्ताक्षरातील कमी अंतर यातून एकत्र कुटुंबात सर्वांना समजावून घेण्याचे स्त्रीचे कौशल्य दिसते. तर अंतर अधिक असल्यास अशी स्त्री लग्न झाल्यावर लगेच नवऱ्याशी स्वतंत्र बिऱ्हाड करण्याचा आग्रह धरते. हस्ताक्षरातील पोकळ अनुस्वार असलेली स्त्री सर्वांची मने जिंकणारी असते.

***

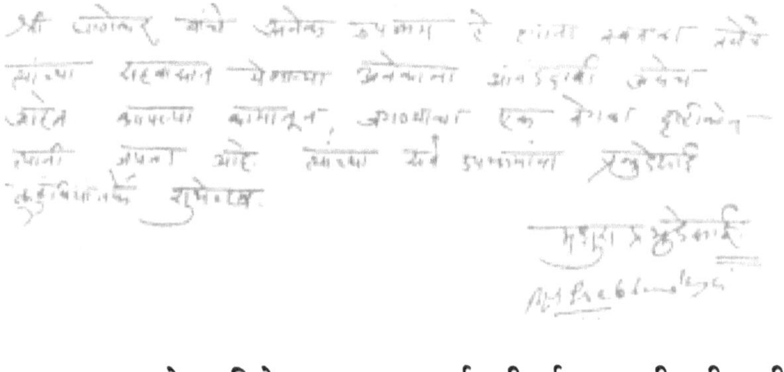

नमुना २२ - झोकून दिलेला उकार सहकार्य वृत्तीदर्शक, मराठी सहीखाली दोन रेघा - आत्मविश्वास अधिक प्रबळ दिसतो.

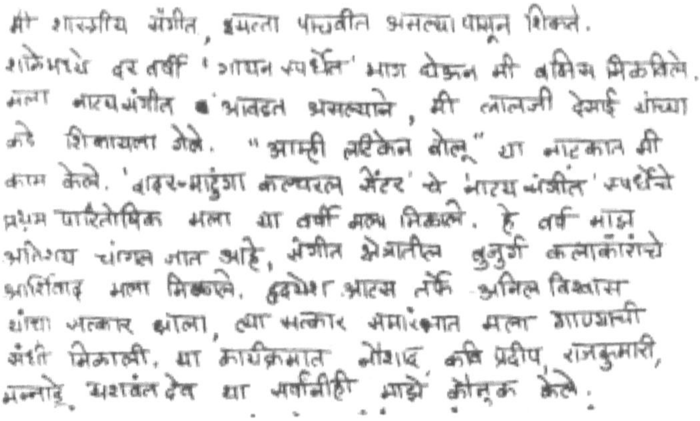

मी शास्त्रीय संगीत, इयत्ता पाचवीत असल्यापासून शिकले.
शाळेमध्ये दर वर्षी 'गायन स्पर्धेत' भाग घेऊन मी बक्षिस मिळविले.
मला नाट्यसंगीत आवडत असल्याने, मी लालजी देसाई यांच्या
कडे शिकायला गेले. "आम्ही लटिकेन बोलू" या नाटकात मी
काम केले. 'दादर-माटुंगा कल्चरल सेंटर' चे 'नाट्य संगीत' स्पर्धेचे
प्रथम पारितोषिक मला या वर्षी मला मिळाले. हे वर्ष माझं
अतिशय चांगले जात आहे, संगीत क्षेत्रातील बुजुर्ग कलाकारांचे
आशिर्वाद मला मिळाले. दुर्गेश आर्टस तर्फे अनिल विश्वास
यांचा सत्कार झाला, त्या सत्कार समारंभात मला गाण्याची
संधी मिळाली. या कार्यक्रमात नौशाद, कवि प्रदीप, राजकुमारी,
मन्नाडे, यशवंत देव या सर्वांनीही माझे कौतुक केले.

नमुना २३ - अक्षरांवर रेघा सौम्य- बोलण्यात मार्दवता, मधुरता- खालून वर जाणारी सही आशावाद दर्शक.

नमुना २४ - सहीतील अक्षरात गोलाई, सहीखाली गिरकी घेणारी रेघ लयीची जाण दर्शवते.

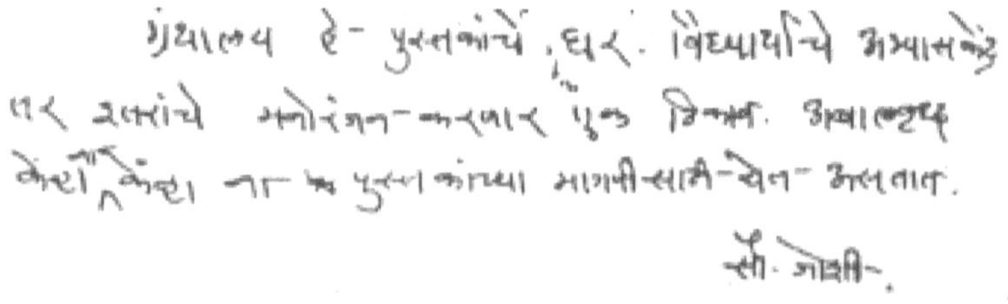

ग्रंथालय हे - पुस्तकांचे घर. विद्यार्थ्यांचे अभ्यासकेंद्र
तर रसिकांचे मनोरंजन करणार एक ठिकाण. ग्रंथालय
केवळ नाही तर पुस्तकांच्या मागणी-मागे-येन- असतात.
सौ. जोशी.

नमुना २५ - अक्षरातील व्यवस्थितपणा - कामाचा उरक दाखवतो.

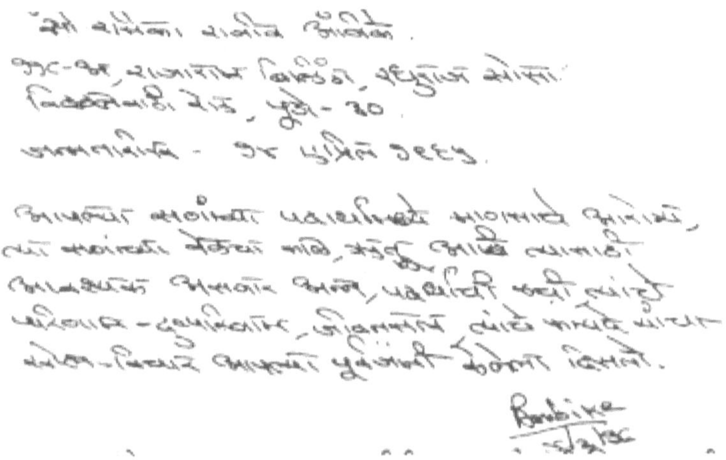

नमुना - २६ पोकळ अनुस्वार - कुणाशीही जमवून घेणारी खिलाडू वृत्ती.

एक कलाकार एक संध्याकाळ

या उपक्रमाबद्दल अभिप्राय -

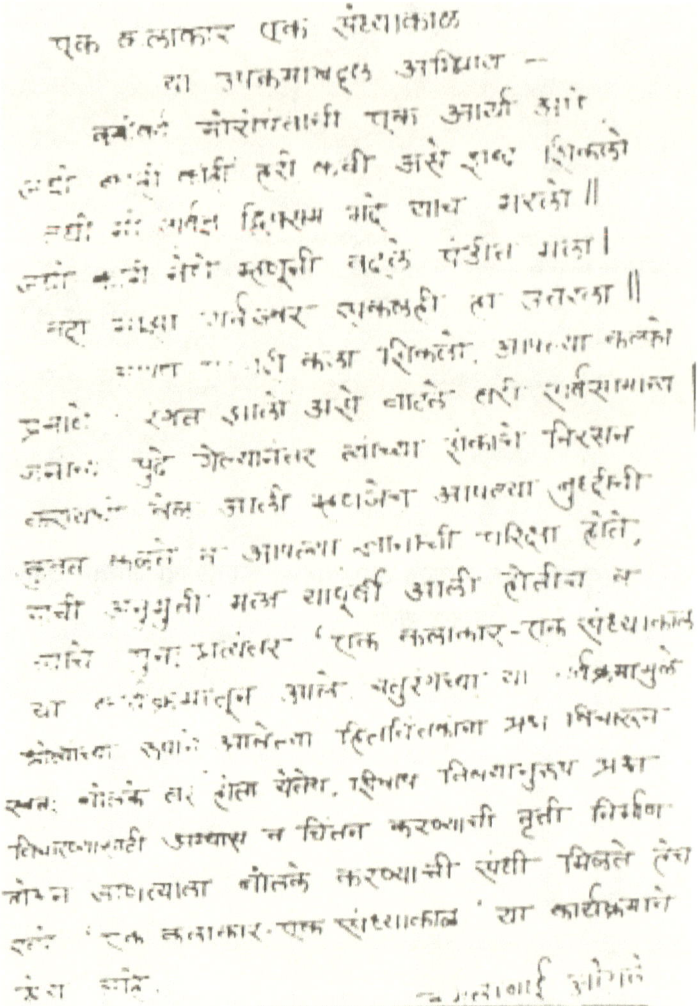

नमुना २७ - कमलताई ओगले, (पाककला), अक्षर प्रमाणबद्ध व अक्षरांतील रेघा संयमित, अक्षर बारीक. कुठल्याही पदार्थात प्रमाणावर हुकमत. पदार्थ चवदार होण्याच्या दृष्टीने बारकावा.

नमुना २८ मदर तेरेसा - अक्षरांतील रेघा तीव्र - काटक, अद्याक्षर मोठे (गॉड मधील 'जी' पहा) शारीरिक, मानसिक, काटकपणा, उभारी व चिकाटी आणि आत्मविश्वास यातून दिसतो.

नमुना २९ - इंदिरा गांधी - वेलांटी ढंगदार, सहीच्या शेवटची रेघ ('धी' ची) खाली गतीने आली आहे. दुसऱ्यावर वर्चस्व गाजविण्याचे कौशल्य यातून दिसते.

१३. वधू-वर गुणमेलन

लग्न ठरवताना वधूवरांच्या पत्रिका पाहून गुण किती जमतात ते पाहतात आणि भविष्यकाळाच्या दृष्टीने वैवाहिक जीवनास दोघांच्या पत्रिका अनुकूल आहेत की नाही ते पाहिले जाते.

हस्ताक्षर मनोविश्लेषण शास्त्रांच्या अंतर्गत वधू-वरांची हस्ताक्षरे जर उपलब्ध असतील तर दोघांचे भावी काळात भावनिक पातळीवर कितपत जमेल हे सांगता येते.

वधू-वरांच्या राशी आणि नक्षत्रांचे गुणमेलन कोष्टक जसे आपल्याला पंचांगामध्ये पाहायला मिळते, तसे हस्ताक्षर मनोविश्लेशण शास्त्राआधारे वधू-वरांचे भावनिक गुणमेलनाचे कोष्टक तयार केले आहे. या कोष्टकात परस्परांना पूरक असलेल्या हस्ताक्षरांच्या जोड्या दिल्या आहेत. यात काही ठिकाणी दुसरी बाजू काही प्रमाणात कमकुवत असली तरी पहिल्या बाजूत साथीदाराला समजावून घेण्याची क्षमता असते.

पोकळ अनुस्वार असलेल्या व्यक्तीचे कशाही स्वरूपाचे हस्ताक्षर असलेल्या व्यक्तीशी जुळते. कारण पोकळ अनुस्वार असलेल्या व्यक्तीत माणूस जोडण्याचे कौशल्य जुळते. अशा व्यक्ती विरोधी मत व्यक्त करताना साथीदार दुखावला जाणार नाही, याची काळजी घेणारी असते.

वधू-वर गुणमेलन हस्ताक्षर कोष्टक

१) अक्षर जवळ जवळ	१) अक्षर जवळ जवळ
२) अक्षर जवळ जवळ	२) अक्षरात अंतर
३) अक्षरात सौम्यपणा	३) अक्षरात सौम्यपणा
४) अक्षरात सौम्यपणा	४) अक्षरात तीव्रता
५) अलंकृत अक्षर	५) अलंकृत अक्षर
६) बारीक अक्षर	६) बारीक अक्षर

७) बारीक अक्षर	७) मोठे अक्षर
८) झोकून दिलेला स्वल्पविराम	८) झोकून दिलेला स्वल्पविराम
९) झोकून दिलेला स्वल्पविराम	९) अल्प स्वल्पविराम
१०) गतिमान अक्षर	१०) गतिमान अक्षर
११) गतिमान अक्षर	११) पुसट अक्षर
१२) गतिमान अक्षर	१२) अलंकृत अक्षर
१३) खालून वर जाणारे अक्षर	१३) खालून वर जाणारे अक्षर
१४) खालून वर जाणारे अक्षर	१४) उतरते अक्षर
१५) आत शिरणारी वेलांटीची टोके	१५) आत शिरणारी वेलांटीची टोके
१६) आत शिरणारी वेलांटीची टोके	१६) बारीक अक्षर
१७) आत शिरणारी वेलांटीची टोके	१७) अलंकृत अक्षर
१८) अक्षरातील गोलाई	१८) अक्षरातील गोलाई
१९) अक्षरातील प्रमाणबद्धता	१९) अक्षरातील प्रमाणबद्धता
२०) अक्षरातील प्रमाणबद्धता	२०) अक्षरातील स्वैरपणा
२१) अक्षरावर रेघा असणे	२१) अक्षरावर रेघा असणे
२२) अक्षरावर रेघा असणे	२२) अक्षरावर रेघा नसणे
२३) अक्षरातील कमनीयता	२३) अक्षरातील कमनीयता
२४) अक्षरातील कमनीयता	२४) अक्षरातील गोलाई
२५) काहीसे गडद अक्षर	२५) काहीसे गडद अक्षर
२६) काहीसे गडद अक्षर	२६) अक्षरातील गोलाई
२७) काहीसे गडद अक्षर	२७) सौम्य अक्षर
२८) काहीसे गडद अक्षर	२८) वेलांटीची आत शिरणारी टोके
२९) काहीसे गडद अक्षर	२९) बारीक अक्षर
३०) काहीसे गडद अक्षर	३०) गाठाविरहित रेघा
३१) साखळी पद्धतीचे अक्षर	३१) साखळी पद्धतीचे अक्षर
३२) साखळी पद्धतीचे अक्षर	३२) बारीक अक्षर
३३) साखळी पद्धतीचे अक्षर	३३) अक्षरातील गोलाई
३४) साखळी पद्धतीचे अक्षर	३४) वेलांटीची टोकं आत शिरणारी
३५) साखळी पद्धतीचे अक्षर	३५) सौम्य अक्षर
३६) समासाच्याजवळ अक्षर	३६) समासाच्या जवळ अक्षर
३७) समासाच्याजवळ अक्षर	३७) काहीसा गडदपणा

३८) समासाच्या जवळ अक्षर	३८) समासापासून दूर अक्षर
३९) समासाच्या जवळ अक्षर	३९) अक्षरातील गोलाई
४०) समासाच्या जवळ अक्षर	४०) अक्षरात कमनीयता
४१) ऊर्ध्वगामी अक्षर	४१) ऊर्ध्वगामी अक्षर
४२) ऊर्ध्वगामी अक्षर	४२) गतिमान अक्षर
४३) ऊर्ध्वगामी अक्षर	४३) अक्षरातील गोलाई
४४) ऊर्ध्वगामी अक्षर	४४) अक्षरातील कमनीयता

सारांश

दोघांपैकी एकाच्या हस्ताक्षरात फराटे, अवाजवी फराटे, पुसटपणा, अवाजवी गोलाई, अवाजवी पसरटपणा, प्रमाणबद्धतेचा अभाव, अवाजवी गडदपणा, सतत खाडाखोड, अक्षरात फेरफार, अक्षरात दुबळेपणा इ. कमकुवत बाजूदर्शक लक्षणे असतील तेव्हा तशा बाबतीत वैवाहिक जीवनात भावनिक पातळीवर सातत्याने तडजोड दर्शवते आणि तडजोडीच्या मर्यादा संपल्यावर दुर्दैवाने अलग होईपर्यंतची शक्यता देखील नाकारता येणार नाही. जेव्हा दोघांमध्ये ताठरपणा, तामसीपणा असेल तेव्हा दोघांमध्ये क्षणाक्षणाला वादच होत राहतील. त्यामुळे दोघांपैकी किमान एकामध्ये समजून घेण्याची भावना असणे आवश्यक आहे. जे कोष्टक दिले आहे त्यात नमुना दाखल ४४ जोड्या आहेत. या जोड्या याहूनही अधिक निश्चित होतात. मोठे अक्षर, अक्षरातील कमनीयता, साखळी पद्धतीची सही, अक्षरातील गोलाई, अक्षर जवळ जवळ असणे इ. वैशिष्ट्ये हस्ताक्षरात असलेल्या व्यक्तींमध्ये तडजोडवृत्ती अधिक प्रमाणात आढळते. त्यामुळे अशा व्यक्तींचे अन्य हस्ताक्षराच्या प्रकारातील व्यक्तींशी भावनिक पातळीवर जुळण्याचे प्रमाण अधिक वाढेल.

***

नमुना ३० यशस्वी प्रस्ताव

१४. हस्ताक्षर आणि प्रेमशास्त्र

ह्या जगात जोपर्यंत स्त्री-पुरुष अस्तित्वात आहेत तोपर्यंत परस्परांविषयी आकर्षण हे जगाच्या अंतापर्यंत चालत राहणार.

अनेक प्रेमकथा घडल्या, घडत आहेत आणि पुढे घडत राहतील.

प्रेमात स्वप्न आहे. दिवास्वप्न आहे. साहस आहे. यश आहे. अपयश आहे. त्याग आहे. आदर्शवाद आहे. उदात्तता आहे. काय नाही? सर्व काही आहे.

माणसाच्या आयुष्यात कधी ना कधी प्रेमाचे क्षण येऊन गेले असतील. (आणि नसल्यास तो माणूसच नाही!) कुणाचे आयुष्य प्रेमच असेल तर कुणाचे आयुष्य प्रेमाने अधुरे राहिले असेल. कुणाच्या बाबतीत प्रेम ही आठवण असेल तर कुणाच्या बाबतीत स्वप्न असेल, मृगजळही असेल. असो.

माणसाच्या हस्ताक्षरातून त्याचा प्रेमाकडे पाहण्याचा दृष्टिकोन कसा व्यक्त होतो त्याचे आपण काही सिद्धान्त पाहू.

१) हस्ताक्षरातील हळुवार दाब, हा प्रेमातील हळुवारपणा दर्शवतो.

२) हस्ताक्षरातील गोलाई ही प्रेमातील कलात्मकता दर्शवते.

३) हस्ताक्षरातील प्रमाणबद्धतेचा अभाव हा प्रेमातील धरसोडवृत्ती दर्शवतो.

४) साथीदाराने लिहिलेल्या पत्रातील मजकूर पत्राच्या डाव्या बाजूकडे झुकत असेल तर तो प्रेमातील 'हिरवा कंदील' समजावा.

५) हस्ताक्षरातील कमी अंतर ही प्रेमातील हळवी मनोवृत्ती दर्शवते. प्रेमातील लहानसहान आठवणींची जपवणूक करण्याकडे त्यातून कल दर्शवतो.

६) अक्षरांमध्ये अंतर ठेवून लिहिण्याची पद्धत ही प्रेमातील तुटकता दर्शवते, साथीदारावरील वर्चस्ववृत्ती प्रकट करणारी दिसते.

७) खालून वर जाणारे अक्षर प्रेमातील आशावाद दर्शवते.

८) वरून खाली येणारे अक्षर प्रेमातील निराशावाद अथवा प्रेमातील पलायनवाद

दर्शवते.

९) हस्ताक्षरातील गतिमान रेघा, प्रेमासाठी झोकून देऊन जगण्याची वृत्ती दर्शवतात. ह्या रेघा प्रेमात प्रबळ इच्छाशक्ती आणि गतिमान क्रियाशीलता दर्शवतात. अशा व्यक्तींच्या प्रेमात सच्चेपणा असतो, जीव ओतून प्रेम करतात. अशा व्यक्तींना प्रत्येक क्षणी साथीदाराची आठवण अस्वस्थ करणारी असते.

१०) मर्यादित गतीच्या रेघा ह्या प्रेमात भावना आणि व्यवहार याचा समतोल साधतात.

११) सहीखालील रेघ प्रेमातील आत्मविश्वास दर्शवतात.

१२) खालून वर जाणारी रेघ ही प्रेमातील जिद्द दर्शवतात. ('भगवान के घर देर है, मगर अंधेर नहीं' ही भावना जाणून प्रेम करतात.) प्रेमातील अपयश मोठ्या ताकदीने पचवतात. 'आयुष्यात असेही घडू शकते!' ह्या भावनेने अपयश स्वीकारतात. परंतु अपयशानंतर अशा व्यक्ती प्रेमात आदर्शवादाकडे झुकतात. एकतर्फी प्रेम प्रकरणात अशा व्यक्ती केस पांढरे झाले तरी जुन्या आठवणीत हरवून जातात. (मनात गर्द हिरवेपणा असतो.)

१३) वरून खाली येणारी रेघ ही, प्रेमात अपयश आल्यास पूर्णपणे निराशावादाकडे जाणारी प्रवृत्ती दर्शवते. डोळ्यांसमोर फक्त अंधारच दिसू लागतो. आयुष्यात काही अर्थ नाही ह्या भावनेने अगतिकता निर्माण होते. शून्यवाद दर्शवणारी ही रेघ असते.

१४) गतिमान रेघा ह्या प्रेमात प्रथम पुढाकार घेतात. ह्या रेघा प्रेमातील साहस-दर्शक असतात.

१५) अक्षरातील संयमित काना-मात्रा ह्या प्रेमातील सुरक्षिततेच्या भावना दर्शवतात. किंबहुना, पूर्ण विचार करूनच पुढे पाऊल टाकतात.

१६) अक्षरातील अवाजवी गोलाई ही प्रेमातील फक्त वैषयिक भावनाच व्यक्त करणारी असते.

१७) बारीक हस्ताक्षर असलेल्या व्यक्तीच्या प्रेमात नियोजन असते. (अपेक्षित व्यक्तीवर पद्धतशीरपणे जाळे टाकून गळाला मासा अडकवू शकतात.)

१८) जेवढी सही दीर्घ, तेवढी त्या व्यक्तीला प्रेमात साथीदाराविषयी तीव्र ओढ असते. अशा व्यक्तीला आपली प्रिय व्यक्ती आपल्या सहवासात प्रदीर्घ काळ असावी असे वाटत असते.

१९) अक्षरातील रेघा ह्या प्रेमातील समतोल दर्शवतात. दुसऱ्याला समजून घेण्याची भावना असते. स्वत:च्या आणि साथीदाराच्या घरच्या मंडळींना विश्वासात

घेऊन प्रेम यशस्वी करण्याकडे प्रवृत्ती दर्शवतात.

२०) अक्षरांवर रेघा नसणे, ही पद्धत प्रेमात स्वतंत्रपणे निर्णय घेण्याची क्षमता दर्शवते. प्रेमात निर्णय-तत्परता दर्शवते. अशा व्यक्तींना स्वातंत्र्यप्रियता हवी असते. त्यामुळेच अशा व्यक्तींमध्ये एकतर्फी प्रेमाचे प्रमाण अधिक आढळून येते.

२१) सहीतील दुर्बोधता हा प्रेमातील कावेबाजपणा, धूर्तपणा किंबहुना स्वार्थीपणाही दर्शवतो.

२२) अक्षरातील दुबळेपणा अथवा सहीखालील रेघेतील दुबळेपणा असणे ही स्थिती अळणी प्रेम दर्शवते. अशा व्यक्तीच्या प्रेमात कुणी पडणे कठीण परंतु, कुणी प्रेमात पडलेलेही लक्षात येऊ शकत नाही.

२३) मोठे अक्षर हे प्रेमातील व्यवहारी वृत्ती दर्शवते. ('आय लव्ह यू' हे मोठ्या अक्षरात लिहिलेले असल्यास तो अपवाद)

२४) अक्षरातील झोकून दिलेला स्वल्पविराम हा प्रेमातील खर्चिक वृत्ती दर्शवतो. साथीदाराची आवडनिवड ओळखून पूर्णपणे हौस भागवण्याची वृत्ती दर्शविणारा असतो.

२५) अत्यंत त्रोटक स्वल्पविराम हा प्रेमातील तुटकपणा दर्शवतो. चिंगुस मनोवृत्ती दर्शवतो.

२६) सहीतील पहिले आद्याक्षर ऊर्ध्वगामी असल्यास अशा व्यक्ती दिवास्वप्नाळू वृत्तीच्या असतात. फिल्मी शौकिन आणि प्रेमासाठी छानछोकी करणाऱ्या असतात.

२७) दोघांच्या हस्ताक्षरात रेघा गतिमान असल्यास प्रेमात संघर्ष दर्शवतो. एकाच्या गतिमान रेघा आणि दुसऱ्याच्या संयमित रेघा ही स्थिती प्रेमातील तडजोड दर्शवते. दोघांच्या हस्ताक्षरातील सहीतील गोलाईचे प्रमाण अधिक असल्यास त्यांचे प्रेम यशस्वी दर्शवते. परस्परांमध्ये कलात्मक आकर्षण दर्शवते. गतिमान आणि गतिहीन हस्ताक्षर ही प्रेमातील विजोड स्थिती दर्शवते. प्रेमात सुखाचा अभाव दर्शवते. वाजवीपेक्षा गडदपणा हा प्रेमात अपयश मिळाल्यास टोकाची भूमिका दर्शवतो. सहीखालील रेघेखाली गडद ठिपके असल्यास त्यातून प्रेमातील सूडाची भावना अथवा संशयीवृत्ती दर्शवते. दोघांच्या अक्षरांत अंतर कमी ठेवण्याकडे कल असल्यास ही स्थिती प्रेमातील पूर्णपणे समाधानी वृत्ती दर्शवणारी असते.

***

नमुना ३१ - हस्ताक्षर मनोविश्लेषण शास्त्राकडून लाल दिवा.

१५. वैवाहिक जीवनातील तडजोड

दांपत्यामध्ये, दोघांपैकी एखाद्या साथीदारामध्ये अक्षर जर सदोष आढळत असेल तर अशा वेळी दुसऱ्या साथीदाराने कुठल्या प्रकारे वागावे अथवा कशा पद्धतीने मिळते-जुळते घ्यावे यासंदर्भात हस्ताक्षर मनोविश्लेषण शास्त्राआधारे पुढील प्रमाणे सल्ला देता येऊ शकेल.

१) साथीदाराची सही दुर्बोध असेल तर स्वाभाविकच स्वभाव मितभाषी किंवा हातचे राखून वागण्याची वृत्ती नाकारता येणार नाही. अशा बाबतीत त्या व्यक्तीस बोलते करणे हाच उपाय होऊ शकतो.

२) गतिमान अक्षर असलेल्या व्यक्तीला स्तुतिप्रियता हवी असते. त्याच्या तामसी अथवा अहंभाव प्रवृत्तीला शह देण्याकरिता सतत सुरुवातीस गोड बोलून काम साधण्याचे धोरण साथीदाराने ठेवावे.

३) दुर्बोध सहीत फराटे असतील तर अशा व्यक्ती अधिक चिडतात. अनपेक्षितरीत्या आक्रमक पवित्रा घेतात. म्हणून अशा व्यक्तीबाबत घेतलेला निर्णय पटला आहे का याची साथीदाराने खात्री करून घेण्याचे धोरण ठेवावे.

४) अक्षरात अंतर खूप कमी आणि पसरटपणा हा बोलण्यातील पाल्हाळपणा दर्शवतो. अशा बाबतीत साथीदाराने बोलण्याचा नेमका उद्देश विचारावा, अधूनमधून सूचनात्मक बोलावे, बोलताना, विषयांतर करीत राहावे.

५) उकारात अवाजवी गोलाई असेल तर अशा व्यक्तींमध्ये विकृत कल्पनांचे साम्राज्य असते. म्हणून साथीदाराने त्याचे मन जाणून घ्यावे. वैद्यकीय सल्ला घेऊन सदर दोष दूर करण्याचा प्रयत्न करावा.

६) अक्षरात फराटे असतील तर साथीदाराने त्याचे पूर्ण ऐकून घेऊन मग स्वत:चे म्हणणे मांडावे, स्वत:च्या शंका शांतपणे विचाराव्यात, सहानुभूतिपूर्वक सुसंवादाचे धोरण ठेवावे.

७) अवाजवी गोलाई अथवा अवाजवी गडदपणा असेल तर साथीदाराने त्यास भिन्नलिंगी व्यक्तीशी फार बोलू न देणे. कारण त्यांच्यात बहकण्याची वृत्ती असते.

८) जास्त जवळ जवळ अक्षर असलेली माणसे एकदा बोलायला सुरुवात केल्यावर त्यांना वेळेचे भान राहत नाही म्हणून साथीदाराने अशा बाबतीत विषयात बदल करण्याचे धोरण ठेवावे.

९) झोकून स्वल्पविराम देणारी व्यक्ती अति उदार, खर्चिक प्रवृत्तीची असते म्हणून साथीदाराने हिशेबाचे काम स्वत:कडे घ्यावे.

१०) अक्षरात अंतर खूप कमी असेल तर साथीदाराने त्या व्यक्तीस बोलते करावे.

***

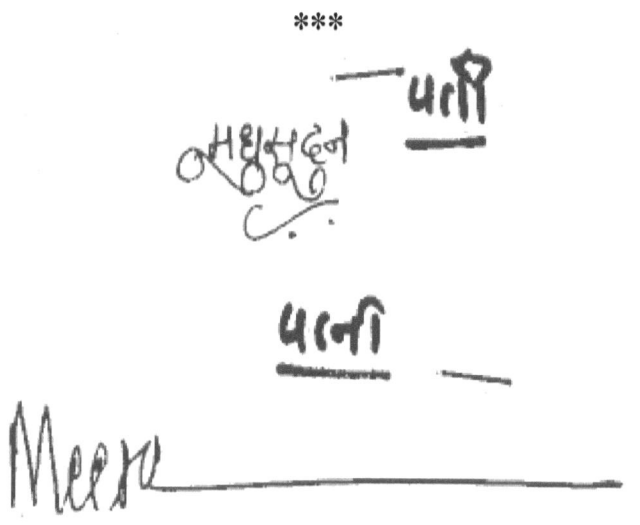

नमुना ३२ - पतीला-पत्नीचे सतत स्तुतीगान करण्याचा सल्ला द्यावा, पत्नी चिडली असता यशस्वी माघार घेण्याचा सल्ला द्यावा.

१६ वयोवृद्ध व्यक्तीचे हस्ताक्षर

स्वातंत्र्योत्तर काळानंतर जवळजवळ २ तपांचा काळ हा एकत्र कुटुंबपद्धतीच्या प्रवाहाचा होता. जसजसे आधुनिकीकरण वाढत गेले तसतसे स्त्रियांचे नोकरी करण्याचे प्रमाण वाढत गेले. स्वाभाविकपणे जुन्या परंपरांशी मिळते-जुळते घेताना नव्या पिढीला तडजोड करणे अथवा जुन्यांनी आग्रहाची भूमिका सैल करणे हे चित्र दिसू लागले.

जी जुनी मंडळी आपल्या रूढी-परंपरा यापासून दूर जाऊ शकली नाहीत त्यांनी विभक्ततेकडे झुकणे अथवा नव्यांना स्वातंत्र्य देणे असेही स्वरूप प्रत्ययास आले आणि तसे घडतही आहे.

वयोवृद्धांनी घालवलेले पावसाळे, मनाची उभारी असली तरी शरीराकडून न मिळणाऱ्या साथीने होणारा कोंडमारा, काहीशी एकटेपणाची भावना, सतत कुणीतरी सुसंवाद साधावा यासाठी मनात चाललेली एक घालमेल... एकूण वयोवृद्धांचे मानसशास्त्र लक्षात घेऊन सदर व्यक्तीने हस्ताक्षर दाखवल्यावर आपण मनोविश्लेषण करून आपलेपणा मिळवावा.

वयोवृद्ध व्यक्तींच्या हस्ताक्षरावरून मनोविश्लेषण करण्यासाठी काही मार्गदर्शक तत्त्वे –

१) हस्ताक्षरात कमी अंतर असल्यास मुले, नातवंडे यांच्याविषयी ओढा असतो. एकत्र कुटुंबपद्धतीकडे कल असतो.

२) हस्ताक्षरात अंतर जास्त असल्यास अशा व्यक्ती एकत्र कुटुंबात असल्या तरी त्या अलिप्तपणाने वावरत असतात.

३ रुंद सही ही काटकपणा दर्शवते.

४) अक्षरातील प्रमाणबद्धता बिघडली असल्यास सारखे पुढचे विचार येतात. कुठल्याही गोष्टीबाबत वाजवीपेक्षा जास्त विचार करणे... झोप कमी लागणे असे प्रत्ययास येते.

५) हस्ताक्षरात रेघा कमकुवत स्वरूपाच्या असल्यास अशा व्यक्ती कमकुवत हृदयाच्या असतात. अशा व्यक्ती भूतकाळातील आठवणीने आणि भविष्यकाळाविषयी सुप्त भीतीने अस्वस्थ होणाऱ्या असतात. अशा व्यक्तींना सहवासाचा आधार असतो. अशा व्यक्तींना त्यांची आवड-निवड ओळखून त्या दृष्टीने मन गुंतवण्यास सुचविणे, एकटे राहायला न सांगणे. जेवायला सगळ्यांबरोबर बसणे, पत्नीबरोबर फिरायला जाणे, विषयांतर करणे, नातवंडांशी गप्पागोष्टी करणे इ. मार्ग सुचविणे. अक्षरात गोलाई असल्यास मनोरंजनात वेळ घालवण्याचा सल्ला देणे.

६) अक्षरात फराटे असल्यास, घरात मुलंसुना यांच्या प्रश्नात स्वत: काही सुचविण्याकडे दुर्लक्ष करण्याचा सल्ला देणे. कारण फराटे हा वर्चस्ववृत्ती दर्शवतो, सुसंवाद, स्पष्टवक्तेपणा अथवा अति परखडपणामुळे मतभेद दर्शवतो. त्यामुळे त्यांना मनावर संयम ठेवण्याचे सूचित करावे.

७) सहीत दुर्बोधता, पुसटपणा असल्यास 'अधिक बोलते व्हा!' सांगावे. त्यांच्या पोटात शिरून त्यांचे नेमके नैराश्य शोधण्याचा प्रयत्न करावा.

८) अक्षरात संयमितपणा असल्यास चिंतन... मनन... अध्यात्मात मन रमविण्याचे सूचित करावे.

९) बारीक अक्षर असेल तर वाचनात मन गुंतविण्यास सांगावे.

थोडक्यात वयोवृद्ध व्यक्ती सहवासात आल्यावर सदर व्यक्तीच्या हस्ताक्षरावरून मनोविश्लेषण अशा प्रकारे करावे जेणेकरून त्यांची मानसिक उभारी अधिक वाढेल. मनोविश्लेषण ऐकल्यावर, 'आपल्या आयुष्याचे खरोखर सार्थक झाले' अशी भावना निर्माण होईल या पद्धतीने सुसंवाद करावा. त्यांच्यात जो एखादा गुण अपवादाने आढळणारा असेल त्याबाबत पुन्हा पुन्हा आदर व्यक्त करावा... परिणामी त्यांचे मन:स्वास्थ्य वाढण्यास मदत होऊ शकेल.

***

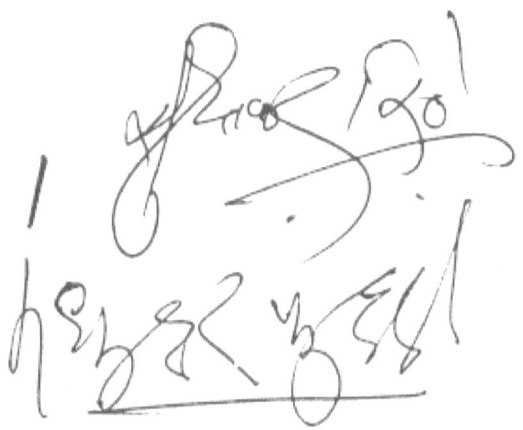

नमुना ३ ३ - वरील स्वरूपाच्या सह्या समोर आल्यावर पुढील प्रमाणे मनोविश्लेषण करावे- तरुणांना लाजवेल असा उत्साह, हरहुन्नरी प्रवृत्ती सहीतून दिसते, फक्त जरा मनावर संयमाची आवश्यकता, राग अनावर होऊ देऊ नका. उच्च रक्तदाबाचा त्रास संभवेल.

१७. कामगाराचे हस्ताक्षर

पाश्चात्त्य राष्ट्रांत 'हस्ताक्षर मनोविश्लेषण शास्त्र' हे ग्रॅफॉलॉजी ह्या नावाने अवगत आहे. नोकरीसाठी अर्ज मागवताना उमेदवारांकडून त्यांच्या स्वत:च्या हस्ताक्षरात अर्ज मागविले जातात आणि त्यानंतर ग्रॅफॉलॉजीच्या आधारे संगणकावरून वर्गीकरण केले जाते. भारतात सदर प्रकार खूपच अपवादाने आढळतो. कामगाराच्या हस्ताक्षरावरून कामगाराचे मानसशास्त्र आपण अजमावू शकतो. त्याची कार्यक्षमता, विचार करण्याची पद्धत, काम करण्याचे विशेष कौशल्य, चिकाटी, कामातील गती, अचूकता, कामातील त्याचा मानसिक कल, त्याच्या आवडी-निवडी, बरोबरचे कामगार तसेच अधिकारी वर्ग यांच्याशी वागण्याची पद्धत, राहणीमान, सुरक्षिततेविषयी जाणीव, सामाजिक-राष्ट्रीय दृष्टिकोन इ. विविध अंगांनी विचार करता येतो.

हस्ताक्षराच्या आधारे कामगाराचे मानसशास्त्र या दृष्टीने काही मार्गदर्शक तत्त्वे.

१) हस्ताक्षरावर रेघा असणे हे कामगाराच्या मनावरील संयम दर्शविते तसेच त्यातून त्याची एकाग्रता प्रगट होते.

२) कामगाराच्या हस्ताक्षरातील प्रमाणबद्धता हा त्यांच्या कामातील व्यवस्थितपणा दर्शवितो.

३) हस्ताक्षरातील खाडाखोड सातत्याने आढळत असेल तर त्याची द्विधा मन:स्थिती दर्शवते. एकाग्रतेचा अभाव आढळतो.

४) हस्ताक्षरातील गोलाई ही त्याच्या कामातील सुबकता दर्शविते.

५) झोकून दिलेला स्वल्पविराम हा बरोबरचे कामगार आणि अधिकारी यांच्याशी उदारपणाची भावना दर्शवितो.

६) साखळी पद्धतीची सही, कामगारांमध्ये संघटन उभारण्याची क्षमता दर्शवते.

७) अक्षरातील संयमित काने-मात्रे हे कामगारांमधील लीनता-क्षमता व अधिकाऱ्याविषयी आदर दर्शविणारे असतात.

८) सहीतील आद्याक्षर हे दुबळे, बारीक असेल तर असे कामगार अधिकाऱ्यापुढे दबून वागतात.

९) हस्ताक्षरातील फराटे कामगाराच्या कामातील बेफिकीर वृत्ती दर्शवतात. सहसा अशांचे त्यांचे सहकारी आणि अधिकाऱ्यांशी पटत नाही.

१०) सहीखालील रेघ हा कामातील आत्मविश्वास दर्शवतो.

११) सहीखालील रेघ ही कामगाराची प्रतिकूलतेवर मात करण्याची क्षमता दर्शवते.

१२) अरुंद सही ही सुरक्षिततेची भावना दर्शवते.

१३) अवाजवी फराटे हे कामातील फाजील आत्मविश्वास दर्शवतात.

१४) बारीक अक्षर हे यंत्रामधील बारीक स्पेअर-पार्टस् संदर्भातील कामाचे कौशल्य दर्शवतात.

१५) मोठे हस्ताक्षर असल्यास मोठ्या स्वरूपाची यंत्रसामग्री संदर्भातील कामाबाबत असलेले कौशल्य दाखवितात.

१६) बारीक अक्षर असलेल्या कामगाराची दृष्टी चांगली दर्शवते.

१७) सहीमध्ये आद्याक्षर बेढब असणे, सतत खाडाखोड, सहीमध्ये दुर्बोधता आणि फराटे इ. लक्षणे. अप्रामाणिकपणावृत्तिदर्शक ठरतात.

१८) पोकळ अनुस्वार असलेले कामगार सर्वांशी मिळून मिसळून वागतात.

१९) जवळ जवळ हस्ताक्षर असलेले कामगार समूहप्रिय - संघटनप्रिय असतात.

२०) हस्ताक्षरात अंतर ठेवून लिहिणारे कामगार तुटक वागतात. त्यांच्यात फुटीरपणाची वृत्ती नाकारता येत नाही.

२१) अवाजवी गोलाई, पसरट अक्षर तसेच प्रमाणबद्धतेचा अभाव यातून कामगाराचे दर्जाहीन विचार प्रकट होतात.

२२) जवळजवळ असलेले अक्षर कामगारातील मनमोकळेपणा दर्शविते.

२३) अक्षरातील कमनीयता ही कामगाराची संस्थेविषयी असलेली आस्थेची भावना दर्शविते. असे कामगार अन्य सहकारी, अधिकारी, ग्राहक यांच्याशी नम्रतेने वागतात.

२४) गतिमान आणि प्रमाणबद्ध अक्षर असलेले कामगार कंपनीच्या लौकिकात उत्पादन आणि गुणवत्ता अशा एकूण सर्वच दृष्ट्या मौलिक भर टाकणारे असतात.

२५) हस्ताक्षरातील अवाजवी गडदपणा हा कामगाराच्या बाबतीत प्रलोभनाच्या

आहारी जाण्याची वृत्ती दाखवतो.

२६) उतरते हस्ताक्षर, पुसटसे हस्ताक्षर, सहीखाली उतरती रेघ ही कामगाराची कामाविषयी असलेली उदासीनता दर्शविते.

२७) हस्ताक्षरातील प्रमाणबद्धतेचा अभाव असलेले कामगार कामचुकारपणा करतात.

२८) जवळ जवळ अक्षर काढणाऱ्या कामगारांना कुटुंबाची उन्नती करण्याचे भान असते.

२९) अल्प स्वल्पविराम हा कामगाराची बचत करण्याकडे कल दाखवतो तसेच असा कामगार कंपनीतील नासधूस होण्याची टाळतो.

३०) हस्ताक्षरातील प्रमाणबद्धता आणि गोलाई ही कामगाराच्या कामातील व्यवस्थितपणा व सुबकतादर्शक असते.

३१) बारीक अक्षर हे कामगाराच्या कामातील बारकावा दर्शवते. दूरदृष्टी दाखवते.

३२) गतिमान अक्षर हे कामगाराची निर्णयतत्परता आणि कार्यतत्परता दाखवते.

३३) गाठीविरहित रेघा ह्या कामगारातील वैचारिक प्रभाव दर्शवतात.

३४) झोकून दिलेला स्वल्पविराम, ऊर्ध्वगामी अक्षरे तसेच गतिमान अक्षरे ही कामगारांमध्ये समाज आणि राष्ट्र उन्नतीविषयक तळमळ दर्शवतात.

वरील मार्गदर्शक तत्त्वानुसार कंपनीच्या अधिकाऱ्यास अथवा कामाची वाटणी कशी करता येईल याविषयी मित्रत्वाचा सल्ला देता येईल.

उदा. कामगाराच्या हस्ताक्षरावरून, जर सदर कामगार चंचल मनोवृत्तीचा आहे असे कळले तर त्याला धोक्याच्या ठिकाणी काम सोपवू नये असे सुचवता येईल. झोकून दिलेला स्वल्पविराम असल्यास असा कामगार कच्च्या मालाचा वापर पुरवून पुरवून करतो की नाही हे पडताळून पाहण्यास सांगावे.

कला-कौशल्याचे गुण हस्ताक्षरावरून निदर्शनास आल्यावर अशा कामगारावर क्लिष्ट कामाची जबाबदारी सोपवू नये, असे सुचवता येईल. हस्ताक्षरावरून तामसीवृत्ती अथवा वादग्रस्त मनोवृत्ती आढळल्यास अशा कामगारास स्वतंत्र काम देण्याविषयी सल्ला द्यावा.

ऊर्ध्वगामी अक्षरे, गतिमानता, झोकून दिलेले स्वल्पविराम असे स्वरूप ज्या कामगारांच्या हस्ताक्षरांत आढळेल अशांना सामाजिक, राष्ट्रीय, विधायक उपक्रमांसाठी प्राधान्य द्यावे असे सुचवावे.

***

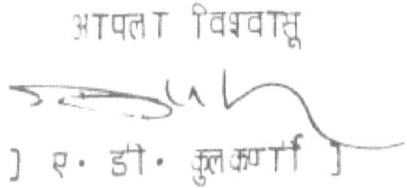

आपला विश्वासू

] ए. डी. कुलकर्णी [

**नमुना ३४ - गुप्त माहिती काढण्याचे कौशल्य,
गुप्तता पाळण्याकडे कल, धूर्तपणा -दुर्बोध सहीत रेघा कमनीय**

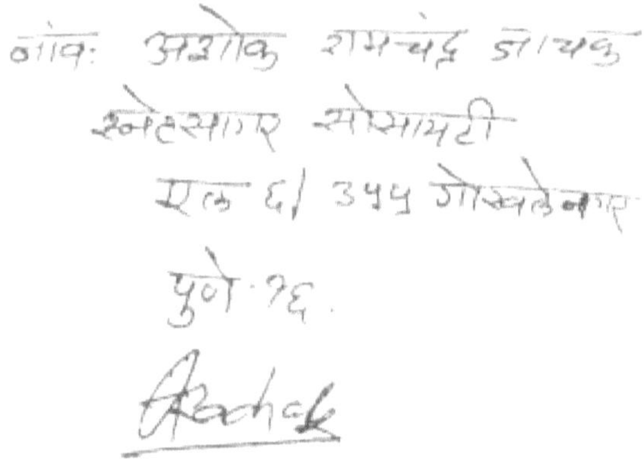

नाव: अशोक रामचंद्र जाधव

स्नेहसागर सोसायटी

एल ६/ ३५५ गोखलेनगर

पुणे-१६.

नमुना ३५- बारीक अक्षर, सहीखाली रेघ - दूरदृष्टी आणि आत्मविश्वास

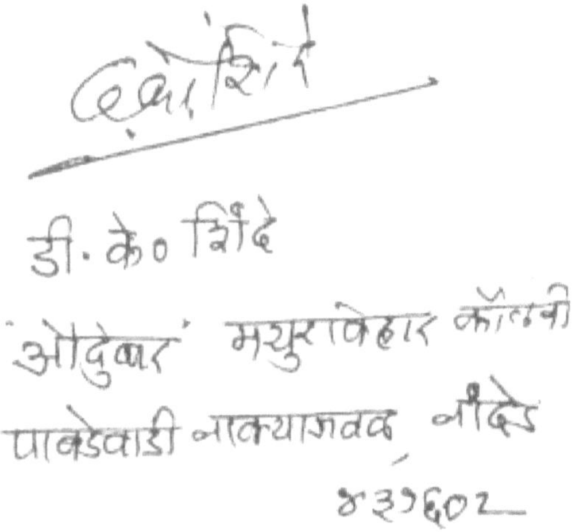

डी. के० शिंदे

'ओंदेकर' मयुरविहार कॉलनी

पाकेवाडी नाक्याजवळ, नांदेड

८३२६०२

नमुना ३६ - सहीखाली गतिमान रेघ - निर्णय तत्परता, कार्यतत्परता

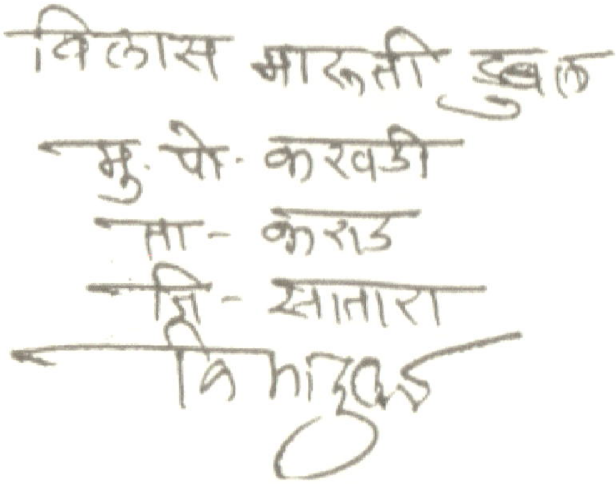

(हस्ताक्षर नमुना)

नमुना ३७ - सहीची सुरुवात आणि शेवट गतिमान रेघेने - कुठलेही काम
तत्परतेने हाती घेऊन ते पूर्ण करण्याची वृत्ती

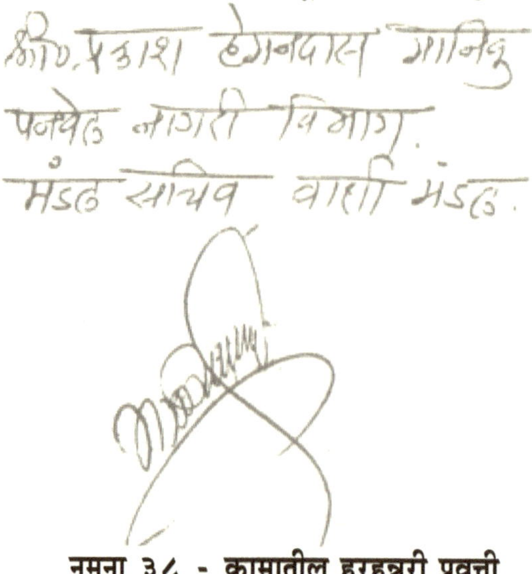

नमुना ३८ - कामातील हरहुन्नरी प्रवृत्ती

नमुना ३९ - सहीत अद्याक्षर मोठे, रेघा गाठीविरहीत, सहीखाली रेघ,
प्रबल आत्मविश्वास, वैचारिक प्रभाव, शब्दाला वजन

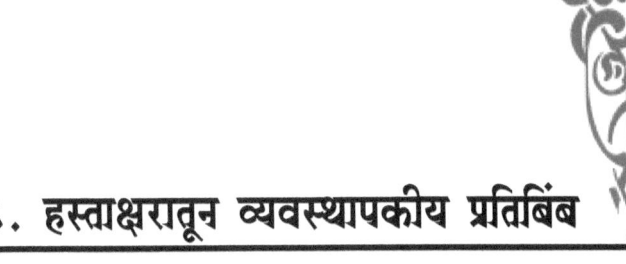

१८. हस्ताक्षरातून व्यवस्थापकीय प्रतिबिंब

कुठल्याही अधिकाऱ्याच्या हस्ताक्षरांतून त्याची व्यवस्थापकीय धोरण अंमलात आणण्याची पद्धत प्रकट होते. अधिकाऱ्याची अधिकारक्षमता, निर्णयक्षमता, दूरदृष्टी, तडजोडवृत्ती, सहकारी आणि साहाय्यकांशी संबंध जोडायची क्षमता, आकलनशक्ती, प्रामाणिकपणा, संस्थेविषयीची आस्था इ. सर्वांगीण घटकांचा अंदाज हस्ताक्षरावरून येऊ शकतो. या संदर्भातील, हस्ताक्षर मनोविश्लेषण शास्त्राआधारे काही सिद्धान्त पुढे देत आहे.

१) अधिकाऱ्याचे जेवढे अक्षर बारीक तेवढा त्यांच्या विचारात बारकावा असतो.

२) अधिकाऱ्याच्या हस्ताक्षरात अलंकृतपणा असल्यास अशा अधिकाऱ्याला व्यवस्थित आणि सुबकतेने कार्य करणारे व्यवस्थापन अपेक्षित असते.

३) गोलाई असल्यास असा अधिकारी सर्वांशी मिळून मिसळून वागणारा असतो. दुसऱ्यामधील सद्गुणांची कदर करणारा असतो. संस्थेत, कार्यालयात सांस्कृतिक कार्यक्रमही घडवून आणण्यात पुढाकार घेतो. कर्मचाऱ्यांच्या कलागुणांना उत्तेजनही देतो.

४) अधिकाऱ्याच्या हस्ताक्षरातील रेघा संयमित असल्यास असा अधिकारी संयमित वृत्तीचा असतो. कुठल्याही बाबतीत भूमिका घेताना टोक गाठले जात नाही. बोलण्यामध्ये मवाळपणा असतो. दुसऱ्याला समजावून घेण्याची भूमिका असते.

५) अधिकाऱ्याच्या हस्ताक्षरात प्रमाणबद्धतेचा अभाव असल्यास असा अधिकारी, व्यवस्थापन काबूत ठेवू शकत नाही. व्यवस्थापनात एक प्रकारची शिथिलताही संभवते.

६) हस्ताक्षरात फराटे असल्यास व्यवस्थापनावर वर्चस्व गाठायची वृत्ती दर्शविते. अत्यंत परखडपणा असतो. परंतु त्यामुळे एखादा सहकारी दुखावला जाण्याची शक्यता असते.

७) हस्ताक्षरात वाजवीपेक्षा पुढे जाणाऱ्या रेघा असल्यास हाती घेतलेल्या कामाचा मागोवा घेण्याची वृत्ती व्यवस्थापनात आढळते.

८) हस्ताक्षरात पुसटपणा आढळल्यास, अधिकाऱ्यामध्ये प्रसन्नतेचा अभाव आढळतो. व्यवस्थापन गतिहीन संभवते.

९) गतिमान हस्ताक्षर हे व्यवस्थापनातील निर्णय आणि कार्यतत्परता दर्शवते.

१०) अक्षरातील उभटपणा हा निर्णय आणि कृतीमधील विलंब दर्शवतो.

११) हस्ताक्षरातील अवाजवी खाडाखोड हा व्यवस्थापनातील निखळपणाचा अभाव दर्शवतो. प्रसंगी प्रामाणिकपणास छेदही दर्शवतो.

१२) अधिकाऱ्याच्या हस्ताक्षरात कमी अंतर असणे हे व्यवस्थापनाचे आत्मीयतेचे धोरण दाखविते. व्यवस्थापनात एकजीवता आणण्याची अधिकाऱ्याची वृत्ती आढळते.

१३) हस्ताक्षरातील वाढते अंतर हे अधिकाऱ्यातील व्यवहारवृत्तिदर्शक असते. खरेदी-विक्री व्यवहारात असे अधिकारी सहसा सूट (Discount) देण्याच्या विरोधात असतात.

१४) हस्ताक्षरातील ऊर्ध्वगामी रेघा ह्या अधिकाऱ्याची आदर्शवादी मनोवृत्ती दर्शवते. असे व्यवस्थापन संस्थेचा लौकिक वाढवण्यासाठी प्रयत्नशील असतात.

१५) अधिकाऱ्याच्या सहीखालील रेघा, आशावादी मनोवृत्ती दर्शवतात. व्यवस्थापनातील प्रबळ आत्मविश्वास त्यातून प्रकट होतो.

१६) अधिकाऱ्याची अरुंद सही व्यवस्थापनातील सावधगिरी, जागरूकता दर्शवते.

१७) अधिकाऱ्याची रुंद सही व्यवस्थापनातील चिकाटी, काटकपणा दर्शवते.

१८) प्रमाणबद्ध आणि बारीक अक्षर ही व्यवस्थापनातील दूरदृष्टी, निर्णयातील धीमेपणा, यशस्वी नियोजन दर्शवणारे असते.

***

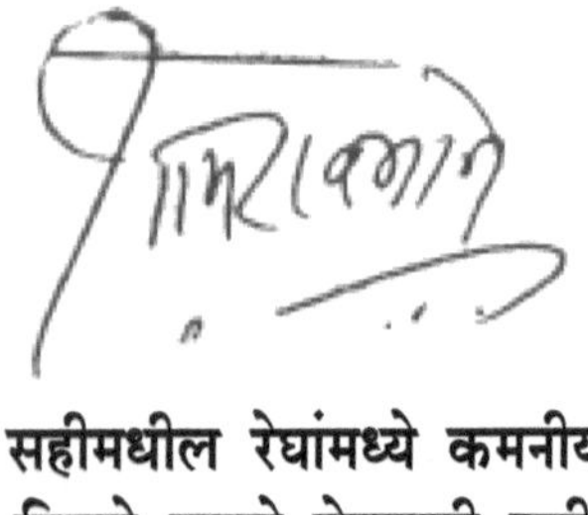

नमुना ४० - सहीमधील रेघांमध्ये कमनीयता, सहीखालील रेघ ढंगदार; सहकाऱ्यांशी मिळते-जुळते घेण्याची वृत्ती. निर्णय लवचिकता, बोलण्यात मवाळपणा, दुसऱ्याला समजून घेण्याची भावना.

१९. रक्तदाब

माणूस जेव्हा लिहितो तेव्हा त्याचा मनाचा दाब असतो असे आपण हस्ताक्षर मनोविश्लेषण शास्त्राची संज्ञा करताना म्हटले. अर्थात ते मानसशास्त्राच्या भूमिकेतून म्हटले. परंतु शरीरशास्त्राचा विचार करताना, लिहीत असताना मनाबरोबर रक्ताभिसरणाचाही नकळतपणे परिणाम हाताच्या दाबातून घडत असतो. त्यामुळे हस्ताक्षरातील गती-रेघांमधील गती याद्वारे रक्तदाबाचाही विचार करता येऊ शकतो. गती आणि राग यांचा संबंध असतो. आपण जेव्हा एखादी वस्तू रागाने फेकतो, तेव्हा त्या वस्तूला गती मिळते आणि जेव्हा राग येतो तेव्हा 'पित्त खवळणे' अथवा 'रक्त उसळणे' अशी संज्ञा वापरतो तेव्हा रक्ताभिसरण जलद घडत असते. ह्या गोष्टी जेव्हा मनावरचा ताबा नकळतपणे सुटलेला असतो तेव्हा घडतात. स्वाभाविकतःच जलद रक्ताभिसरण म्हणजे उच्च रक्तदाब त्यातून प्रत्ययास येतो. जी रागाने / गतीने वस्तू फेकणे ही एक कृती, तसेच गतीने लिहिणे ही देखील एक कृतीच. गतिमान अथवा फराटेयुक्त रेघा ह्या मनावरचा सुटलेला ताबा- दाखवतात. तेव्हाच रक्ताभिसरण जलद घडते. म्हणजे फराटेयुक्त रेघा अथवा जलद गतिमान अक्षर हे उच्च रक्तदाबाचे लक्षण दर्शवते.

याउलट कमी रक्तदाबाबाबत आढळते.

जेव्हा राग येतो तेव्हा मनाचा कोंडमारा होतो. राग व्यक्त होऊ शकत नाही, त्यामुळे त्याचा शारीरिक परिणाम म्हणजे रक्ताभिसरणाची गती कमी होते. हातापायाचा गळाठा होतो. ही परिस्थिती म्हणजे मनाची दुर्बोधावस्था असते. हस्ताक्षर सहीतील दुर्बोधता अथवा गतिहीन रेघा ह्या कमी रक्तदाबाकडे कल दर्शवतात आणि जेव्हा हस्ताक्षरात समतोल असतो, रेघा संयमित असतात तेव्हा त्यातून मनावरचा ताबा दिसतो. रक्ताभिसरण समप्रमाणात राहते.

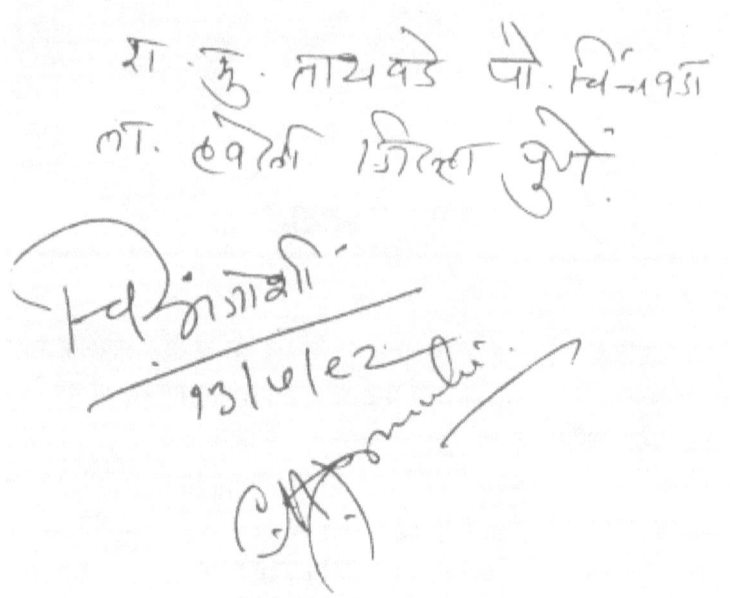

नमुना ४१- जास्त रक्तदाब

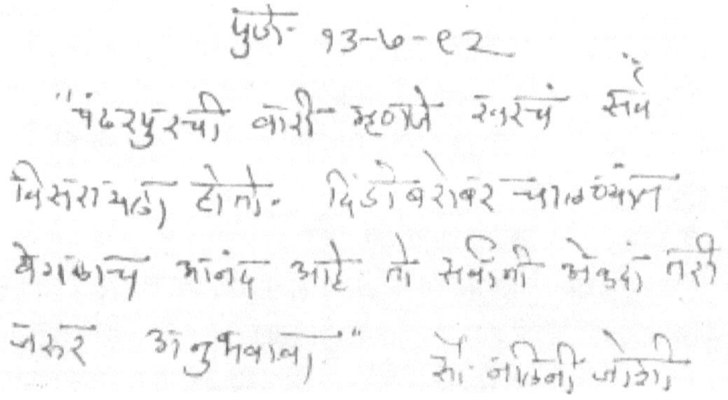

नमुना ४२ - कमी रक्तदाब

***

२०. मेडिकल ग्रॅफॉलॉजी

'रक्तदाब' प्रकरणात हस्ताक्षरावरून माणसाच्या रक्तदाबाविषयी उच्च-रक्तदाबाचे अथवा कमी रक्तदाबाचे-अनुमान कसे स्पष्ट होते हे सांगितले आहेच.

अक्षरातील पुसटपणा अथवा दुबळेपणा हा मनाची उदासीनता तर दाखवतोच परंतु त्याचबरोबर शारीरिक अस्वस्थताही त्यावरून सिद्ध होते.

सहीमध्ये आद्याक्षराला गोलाई आणि त्यात दुर्बोधता असेल तर कर्णदोष आढळल्याचे दिसते.

हस्ताक्षरातील गतिमान रेघा अथवा फराटे यातून पित्तप्रकृत्ती प्रत्ययास येते.

बारीक अक्षर हे चांगल्या दृष्टीचे लक्षण असते. सहीखालील गतिमान रेघ अथवा रुंद सही यातून चांगल्या झोपेचे लक्षण दिसते. सहीतील दुर्बोधता ही झोपेतील अस्वस्थता दर्शवते.

गतिमान अक्षर शारीरिक चपळता दर्शवते. हस्ताक्षरातील रेघांमधील तीव्रता ह्या काटक प्रकृतिदर्शक असतात.

उभट आणि मंदगतीने अक्षर असलेली माणसे थोडी जरी धावपळ केली तरी लगेच दमतात. हस्ताक्षरात गोलाई आणि काहीसा गडदपणा हा शारीरिक आणि मानसिक उत्साह दर्शवतो.

सहीखालील गतिमान रेघ अथवा अक्षरातील वाजवीपेक्षा काही प्रमाणात पुढे जाणाऱ्या रेघा ह्या शरीरातील तीव्र रोगप्रतिबंधकारक शक्तीदर्शक असतात.

अरुंद सही करणाऱ्या व्यक्ती स्वत:च्या प्रकृतीविषयी पूर्णपणे काळजी घेणाऱ्या असतात. त्यांना स्वत:च्या शारीरिक क्षमतेविषयक असणाऱ्या मर्यादांचा अंदाज असतो. अशा व्यक्ती स्वत:च्या आवाक्याबाहेर कुठलाही शारीरिक-मानसिक ताण स्वीकारत नाहीत. अल्प स्वल्पविराम देणाऱ्या व्यक्तीबाबतही हेच प्रत्ययास येते.

याउलट रुंद सही, अक्षरातील गतिमान रेघा अथवा फराटे ही लक्षणे

स्वत:च्या प्रकृतीविषयक बेफिकीरपणा दर्शवतात. त्यांनी एकदा कुठलीही गोष्ट करायची म्हटल्यावर ती पूर्ण होईपर्यंत तहान-भूक-ऊन-पाऊस कशाचीही ते तमा बाळगत नाहीत.

अक्षर गतिमान आणि प्रमाणबद्ध असेल तर आहार, काम आणि विश्रांती यात समतोल साधून सर्वांगीण व्यक्तिमत्त्वविकास घडवून आणण्याचा त्यांचा प्रयत्न असतो.

अक्षरातील पसरटपणा, बेढब गोलाई हा शारीरिक मरगळ-उदासीनता आणि विश्रांतीप्रियता दर्शवतो.

हस्ताक्षरातील दुबळेपणा, कमकुवतपणा, हा मानसिक व शारीरिक दबाव दाखवतो. अक्षरातील प्रमाणबद्धता हा मानसिक व शारीरिक समतोल दर्शवतो.

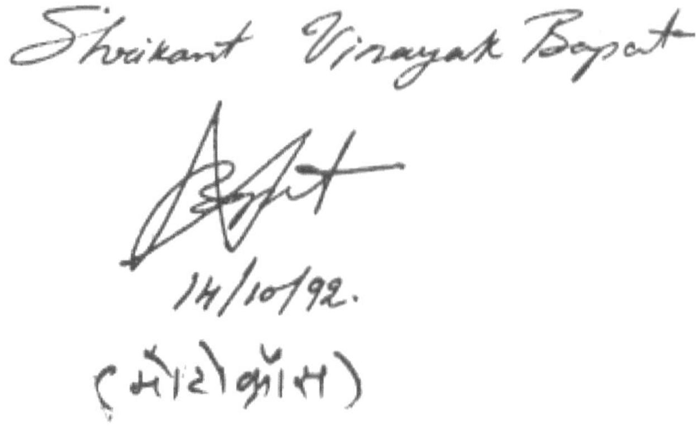

Shrikant Vinayak Bopat

14/10/92.

(मोठेकॉस)

नमुना ४३ - गतिमान अक्षर - शारीरिक चपळता

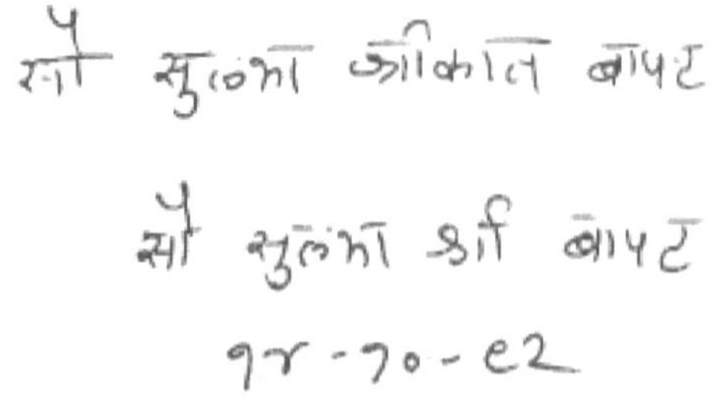

सौ सुलभा श्रीकांत बापट

सौ सुलभा श्री बापट

१४-१०-९२

नमुना ४४- बारीक अक्षर - चांगली दृष्टी

***

२१. लकबी, आवाज इ. विषयी

रेघेपासून अक्षरे सुटलेली असल्यास अशा व्यक्तीच्या हातून वस्तू पडतात. विशेषत: महिलांच्या बाबतीत हातातून भांडी पडतात. फळीवर भांडी लावताना पडतात. कपडे वाळत घालताना कपडा नेमका काठीने तारेवर पडेलच याची शाश्वती देता येत नाही.

सहीतील आद्याक्षर लहान अथवा दबलेले असल्यास अशी माणसं थोडी दबून वागतात. काहीशी संकोची मनोवृत्ती असते. कुणाच्याही घरात गेल्यावर शक्यतो दाराजवळ असलेल्या खुर्चीवर बसतात. सहीच्या शेवटी असलेली रेघ, उंचावरून दोर सोडावा अशा पद्धतीची असेल तर अशा व्यक्तींना आपण उंचावरून पडू की काय अशी सुप्त भीती वाटत असते. सहीतील आद्याक्षर दबलेल्या अवस्थेत असल्यास अशी व्यक्ती भांग पाडून झाल्यावर हाताने भांग दाबत असते.

जवळ जवळ अक्षरं काढणारी माणसं भरभर चालतात. पसरट रुंद अक्षर असलेल्या व्यक्ती धारातीर्थी पडलेल्या रावणासारख्या झोपणाऱ्या असतात. अक्षरावर अपवादाने तुटक रेघा देणाऱ्या व्यक्तीच्या आवाजाने दुसऱ्याचे डोके उठून जाते.

फराटेयुक्त अक्षर असलेल्या व्यक्ती एखादा वाद उपस्थित झाल्यावर तावातावाने बोलतात.

बारीक परंतु दुर्बोध सही असलेल्या व्यक्ती चोरपावलानं चालतात.

लहान मुलांच्या अक्षरात जर फराटे असतील तर अशी मुले भोकाड पसरून रडतात.

सुरुवातीला अक्षर लहान आणि नंतर मोठेमोठे होत जात असेल तर अशी माणसे सुरुवातीला हळू बोलतात आणि नंतर त्यांचा आवाज मोठा मोठा होत जातो. जर सुरुवातीला अक्षर मोठे आणि नंतर लहान लहान होत असेल तर अशा व्यक्ती सुरुवातीला मोठ्याने बोलतात व नंतर आवाज हळू बारीक बारीक होत जातो.

सहीतील आद्याक्षर बेढब, गोलाकार असेल तर अशी माणसं विनोद घडल्यावर फसकन् मोठ्याने हसतात.

गतिमान किंवा फराटेयुक्त अक्षर असलेल्या व्यक्ती राग आल्यावर प्रसंगी हातातील वस्तू फेकूनही देतात. बारीक आणि दुर्बोध सही असलेल्या व्यक्ती रागवल्यावर दातओठ खातात. महिलांच्याबाबत कडाकडा बोटे मोडण्याची प्रवृत्तीही आढळते. अक्षरातील कमनीयता ही दुसऱ्याशी लोचटपणाने बोलायला जाण्याची प्रवृत्ती दर्शवते.

अक्षरातील दुबळ्या रेघा ह्या आवाजातील, बोलण्यातील लेचेपेचेपणा दर्शवतात.

अवाजवी फराटेयुक्त अक्षर असलेल्या व्यक्ती सारखंच दुसऱ्यावर खेकसून बोलत असतात.

***

मी आपणा सर्वांचाच
हिरो होंडाची पार्टी व्हा पेढे व फरमाण दिला आहे
तरी आपण मला दुसरे काही मागु नये कारण
मी अत्यंत बिकट परीस्थितीत आहे माझे विचार मान्य
कराल अशी आशा आपला स्नेही
भालचंद्र दगडु ओंबाडे

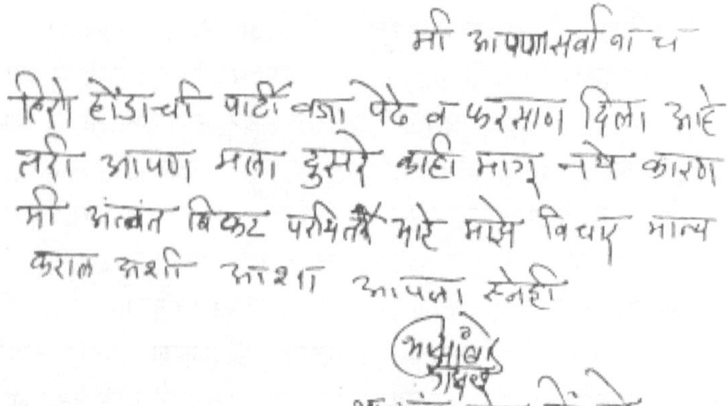

नमुना ४५ - सहीत बेढव गोलाई- विनोद घडल्यावर फसकन मोठ्याने मुक्त हसण्याची वृत्ती

२२. हस्ताक्षर आणि ग्रहविचार

मानवी जीवनावर ग्रहांचा परिणाम होत असतो. सदर परिणाम माणसाच्या हस्ताक्षरातूनही प्रत्ययास येतो. परंतु असे जरी असले तरी मानसशास्त्रासंदर्भातील अनेक गोष्टींची उकलच माणसाच्या हस्ताक्षरावरून शक्य होते. हस्ताक्षरावरून भविष्य सांगण्याचे शास्त्र अद्याप तरी अवगत झाले असल्याचे कुठे निदर्शनास आल्याचे आढळत नाही. सहीवरून भविष्य सांगणारीही मंडळी आहेत. परंतु सदर विषय intuition च्या अंतर्गत मोडतो. ग्रह हे माणसांचे गुणधर्म बोलतात. माणसाच्या प्रवृत्तीवर परिणाम करणारे ग्रह स्वाभाविकच त्याच्या हस्ताक्षरावरही परिणाम घडवतात. ग्रह आणि हस्ताक्षर यांची सांगड आपल्याला पुढीलप्रमाणे घालता येईल.

रवी

रवी हा ग्रह आत्म्याचा कारक आहे. सहीखाली असलेली रेघ आत्मविश्वास दर्शक असते. त्यामुळे 'रवी' ह्या ग्रहाचा विचार सहीखालील रेघेवरून करता येईल.

चंद्र

चंद्र हा ग्रह भावनांचा कारक आहे.

अक्षराच्या स्वरूपावरून माणसाचा स्वभाव ठरत असतो. फराटेयुक्त अक्षर तामसीपणा दर्शवते. प्रमाणबद्ध अक्षर समतोलपणादर्शक असते. सौम्य अक्षर मनाचा शांतपणा दर्शवते. प्रमाणबद्धतेचा अभाव असेल तर ते अस्थिर मनाचे लक्षण असते. किरटे अक्षर असलेल्या व्यक्ती चिडचिड्या स्वभावाच्या असतात. पुसट अक्षरे उदासीनता दर्शवतात तर काहीसे गडद अक्षर असलेल्या व्यक्ती उत्साही असतात. थोडक्यात पुसट, गडद, ठळक, फराटेयुक्त इ. अक्षराच्या विविध छटा मनुष्य-स्वभावाच्या विविध छटा प्रकट करतात. 'चंद्र' या ग्रहाचा विचार अक्षराच्या स्वरूपावरून करता येईल.

मंगळ

मंगळ हा ग्रह उग्र आहे. तामसी आहे. साहसी आहे. महत्त्वाकांक्षी, वर्चस्व गाजवणारा आहे. उष्ण प्रकृती दर्शवतो. अक्षरातील गतिमान अथवा फराटेयुक्त रेघांमधून 'मंगळ' ग्रहाचे दर्शन घडू शकते.

बुध

बुध हा ग्रह वाणीचा कारक आहे. बुद्धीचा कारक आहे. बुध हा ग्रह संवादाचा कारक आहे. माणूस दुसऱ्याशी बोलतो कसा हे ज्योतिषशास्त्रात बुध सांगतो. हस्ताक्षर मनोविश्लेषण शास्त्रात शब्द-शब्दातील अंतर, अक्षरातील अंतर, मजकूर आणि समासातील अंतर यावरून बुधाचा विचार करता येईल. वक्ता, पत्रकार आदींचे हस्ताक्षर बुध ग्रहाच्या अंमलाखाली येईल.

शुक्र

शुक्र हा कलेचा कारक ग्रह. शुक्र भिन्नलिंगी व्यक्तीविषयक आकर्षण, सौंदर्य, अभिरुची, भौतिक सुख या विषयी बोलणारा ग्रह आहे. त्यामुळे हस्ताक्षर मनोविश्लेषण शास्त्राशी त्याची सांगड घालताना, अक्षरामधील गोलाई, रेघांमधील कमनीयता आणि हस्ताक्षराचा तळाचा भाग यावरून शुक्राचे स्वरूप स्पष्ट होऊ शकेल.

गुरू

गुरू हा ग्रह विवेकी आहे, सदाचारी आहे. संयमी ग्रह आहे. त्याचा कल ऐहिकतेकडे अधिक आहे. 'गुरू' चे दर्शन आपल्याला या शास्त्रात हस्ताक्षरातील सौम्य रेघांमध्ये घडू शकेल, कारण हा ग्रह कधीही माणसाला टोकाला जाऊ देत नाही. चांगले काय, वाईट काय याचा बोध देणारा हा ग्रह आहे. प्राध्यापक, शिक्षक, धर्मप्रसारक आदींचे हस्ताक्षर गुरूच्या अंमलाखाली येईल.

शनी

शनी हा ग्रह चिकाटी, सातत्य दर्शवतो. हा ग्रह वृद्ध आहे. स्वरूप कृश आहे. वृद्ध व्यक्ती, रुग्ण, कामगार, वकील, व्यसनी व्यक्ती आदींचे हस्ताक्षर शनीच्या अंमलाखाली येईल. शनी हा समतोल साधणारा आहे. न्यायाचा कारक ग्रह आहे. प्रदीर्घ लेखन शनीच्या अंमलाखाली येईल.

अत्यंत क्लिष्ट अक्षर हे शनीच्या अंमलाखाली येईल. एकटाकी प्रदीर्घ लेखन करणाऱ्या व्यक्तीचा शनी प्रभावी असतो.

राहू

राहू हा ग्रह गूढतेचा कारक आहे. हा ग्रह मनाने मोकळा नाही त्यामुळे दुर्बोध

सही, दुर्बोध अक्षर हे राहूच्या अंमलाखाली येईल.

केतू

केतू हा ग्रह उदासीन आहे. त्याला कुठल्याही गोष्टीची आसक्ती नसते. हा ग्रह एकांतप्रिय आहे. पुसट अक्षर अथवा सहीखाली वरून खाली येणारी रेघ, हस्ताक्षरातील दुबळ्या रेघा ह्या गोष्टी केतूच्या अंमलाखाली येतील.

हर्षल

हर्षल हा ग्रह संशोधनप्रिय आहे. हरहुन्नरी प्रवृत्तीचा कारक आहे. सहीमधील चढ-उतार हर्षल ग्रहाच्या अंमलाखाली येईल.

नेपच्यून

नेपच्यून ग्रह फसवणूक दर्शवतो. त्याचप्रमाणे उत्स्फूर्तता हा प्रमुख गुणधर्म ह्या ग्रहाचा आहे. हा ग्रह अंतर्ज्ञानी आहे, याला पुढे घडणाऱ्या घटनांची पूर्वसूचना मिळते. सूचक स्वप्ने पडतात. साहित्यिक, विशेषत: कवी, तसेच आध्यात्मिक कल असलेल्या व्यक्ती नेपच्यूनच्या अंमलाखाली येतात. सहीची नक्कल, हस्ताक्षरातील फेरफार, खाडाखोड हे नेपच्यूनच्या अंमलाखाली येतील.

तसे म्हटले तर 'हस्ताक्षर आणि ग्रहविचार' हा एक पुस्तकाचाच स्वतंत्र विषय होऊ शकेल. परंतु सर्वसामान्य वाचकाला ह्या विषयाची तोंड-ओळख व्हावी, याच केवळ हेतूने हा विषय मर्यादित स्वरूपात मांडण्याचा प्रयत्न केला आहे.

***

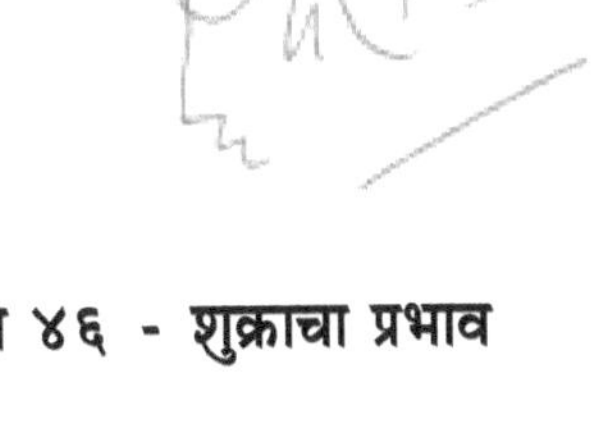

नमुना ४६ - शुक्राचा प्रभाव 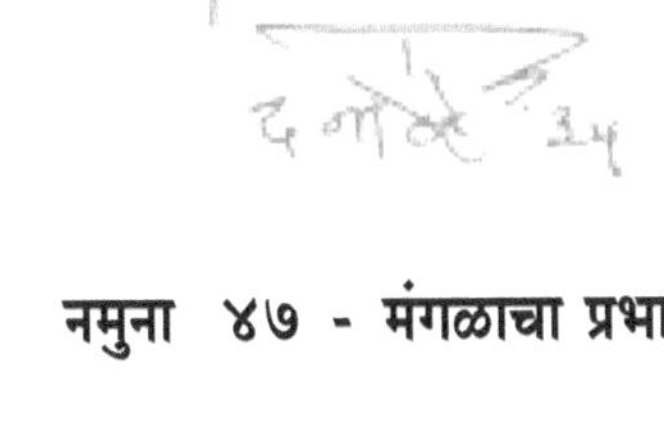   नमुना ४७ - मंगळाचा प्रभाव

२३. हात आणि अक्षर

१) मोठा हात असलेल्या व्यक्ती नजीकच्या काळचा विचार करतात, तर मोठे अक्षर असलेल्या व्यक्तीही नजीकच्या काळाचा विचार करतात.

२) लहान हात दूरदृष्टी दर्शवतो तर लहान अक्षरही दूरदृष्टी दर्शवते.

३) प्रमाणबद्ध हात हा विचारातील समतोलपणा दर्शवतो तर हस्ताक्षरातील प्रमाणबद्धताही विचारातील समतोलपणा दर्शवते.

हातावरील रेघा आणि हस्ताक्षरातील रेघा

हातावरील रेघा आणि हस्ताक्षरातील रेघा पडताळून पाहिल्या असता माणसाच्या मनोविश्लेषणाच्या दृष्टिकोनातून काही गोष्टींमध्ये निश्चितच साम्य आढळते.

१) हस्ताक्षरातील गडद रेघा भावनेच्या आहारी जाण्याची वृत्ती दर्शवतात तर हातावरील ठळक, काळपट रेघा ह्या टोकाची भूमिका घेण्याची वृत्ती दर्शवतात.

२) हातावरील ऊर्ध्वगामी रेघा ह्या प्रगती दर्शवतात तर हस्ताक्षरातील ऊर्ध्वगामी रेघा ह्या उच्च महत्त्वाकांक्षा, ध्येयवाद दर्शवतात.

३) हातावरील असंख्य बारीक रेघा माणसामागील अनेक व्याप दर्शवतात तर सहीखालील तुटक रेघा ह्या हरहुन्नरी प्रवृत्ती दर्शवतात.

४) हातावरील सरळ मस्तकरेषेतून एकाग्रवृत्ती प्रकट होते तर सहीतील प्रदीर्घ रेषेतून एकाग्रवृत्ती प्रकट होते.

५) हातावरील यवयुक्त रेघा जीवनातील अडथळे दाखवतात तर हस्ताक्षरातील गाठीयुक्त रेघा, राखून वागण्याच्या वृत्तीमुळे माणसा-माणसांमधील संबंध टिकून राहण्यात अडथळे दाखवतात.

६) हातावर चंद्र-शुक्र उंचवटा जोडणारी (खालच्या भागावर) रेषा ही वासना रेषा असते तर हस्ताक्षरात खाली येणाऱ्या रेषा ह्या माणसाच्या लैंगिक प्रवृत्तीविषयी

बोलतात.

७) खाली येणारी मस्तकरेषा वैफल्यदर्शक असते तर सहीखाली वरून खाली येणारी रेषाही वैफल्य दर्शवते.

***

२४. हुकूमशाही-लोकशाही

भारतामध्ये स्वातंत्र्य-पूर्वकाळात इंग्रजांचे राज्य होते. देश परावलंबी होता. हुकूमशाही होती. हुकूमशाही विचारसरणीच्या अंतर्गत एकाधिकारशाही देखील मोडते. 'हम करे सो कायदा' असा या विचारसरणीचा सूर असतो. ज्यावर हुकूम सोडायचा, त्या व्यक्तीचा विचार इथं लक्षात घेतला जात नाही. एक प्रकारे दुसऱ्यावर विचार लादलेच जातात. दडपशाही धोरणच अवलंबले जाते. हुकूमशाही जेवढी तीव्र प्रमाणात वाढत जाते, तेवढ्याच तीव्र स्वरूपातील सुप्त विरोध वाढत जाऊन विरोधकांची संघटित ताकद वाढून हुकूमशाही धोक्यात येते.

स्वातंत्र्योत्तर काळात भारतात लोकशाहीचे तत्त्व अवलंबले गेले. ह्या विचारप्रणालीत जनतेचा कौल असतो. जनमताला मोल असते. दुसऱ्याच्या मताला प्राधान्य दिले जाते. जवळीकता, तडजोड, आत्मीयता, मोकळेपणा... ह्या गोष्टींना खुले दरवाजे असतात. होणारा परिणाम सामूहिक असतो. हुकूमशाहीत मात्र घडणारा दुष्परिणाम मर्यादित अधिकाराला भोगावा लागतो. आता हस्ताक्षराच्या माध्यमातून ह्या विचारप्रणालींचे दर्शन कसे घडते ते पाहू.

हुकूमशाही- हस्ताक्षरातील रेघा गतिमान, वाजवीपेक्षा जास्त फराटे, अक्षरात अंतर जास्त. अक्षरावर रेघा सहसा आढळत नाहीत. परिणाम, विचार परिपक्व होण्याआधीच निर्णय घेण्याकडे कल. अधिकाराचा गैरवापर करण्याची वृत्ती नाकारता येत नाही. ताठर भूमिका अवलंबणारी असतात. ही माणसे तामसी प्रवृत्तीची असतात.

लोकशाही-
तुलनेने मोठा स्वल्पविराम, अक्षरात कमी अंतर, वेलांटीची टोके आत शिरणारी, पोकळ अनुस्वार, रुंद सही, संयमित मात्रा, अक्षरांवर रेघा, अक्षरातील

रेघांमध्ये लवचीकता इ. महत्त्वपूर्ण वैशिष्ट्ये हस्ताक्षरात आढळतात. परिणाम, परस्पर सामंजस्याची भावना- विचारांची देवाणघेवाण, सुसंवाद, तडजोडवृत्ती, भावनिक समतोल ही ह्या प्रणालीची स्वभाव-वैशिष्ट्ये.

इतिहासात लोकशाहीचा प्रवर्तक म्हणून अब्राहम लिंकन तर हुकूमशहा म्हणून हिटलर ही बोलकी उदाहरणे आहेत.

***

२५. षड्रिपू

या विश्वात कुणीही माणूस सर्वगुणसंपन्न नाही. षड्रिपूंवर विजय मिळवणारा दुर्मीळच. काम, क्रोध, लोभ, मद, मोह आणि मत्सर हे सहा माणसाचे विकार आहेत. दोष आहेत.

षड्रिपूंचे प्रतिबिंब हस्ताक्षरामध्ये कसे दिसते ते पाहू.

काम

माणसाचा 'काम' विचार, वासना, शृंगाराविषयीची भावना ही हस्ताक्षरात उकारांची असलेली गती तसेच खाली येणाऱ्या रेघा यातून प्रकट होते. उकार किंवा खाली येणाऱ्या रेघा जेवढ्या गतिमान अशी माणसे भिन्न लिंगी व्यक्तीवर फार झटकन मोहित होतात आणि हे उकार किंवा खाली येणाऱ्या रेघा जेवढ्या संयमित तेवढी ही माणसे आपली कामवासना संयमित ठेवतात, त्यात दुबळेपणा असेल तर कामवासनेपासूनची अलिप्तता, उदासीनता त्यातून आढळेल. सहीखाली वरून खाली येणारी रेघ जर दुबळी असेल, पुसट असेल तर लैंगिक सुखासंदर्भात न्यूनगंडाची अथवा उदासीनतेची भावना नाकारता येत नाही.

क्रोध

हस्ताक्षरातील गतिमान रेघा असलेल्या व्यक्तींना राग फार झटकन येतो आणि तो शांतही तेवढ्याच प्रमाणात होतो. ही माणसे राग आल्यावर अत्यंत तीव्र स्वरूपात आपली प्रतिक्रिया व्यक्त करतात. हस्ताक्षरातील रेघा अवाजवी फराट्यांच्या स्वरूपात असतील तर अशा व्यक्ती 'एक घाव दोन तुकडे' असा कायम आक्रमक पवित्रा घेणाऱ्या असतात. राग आल्यावर कुठल्या टोकाला जातील याचा नेम नाही. तर संयमित रेघा ह्या माणसाच्या रागाला आवर घालतात, राग संयमित करतात.

लोभ

लोभ म्हणजे कुठल्याही गोष्टीविषयी असलेला माणसाचा हव्यास. जेवढी

सही अरुंद असेल तेवढा तो माणूस अधिक लोभी असतो. बारीक हस्ताक्षर असलेल्या व्यक्तीला दर्जेदार गोष्टीविषयी लोभ असतो. मोठे हस्ताक्षर असलेल्या व्यक्ती वेळ मारून नेण्याच्या वृत्तीची असतात. त्यामुळे कुठलीही गोष्ट मिळेल त्या स्थितीत स्वीकारण्याची त्याची तयारी असते. पसरट आणि प्रमाणबद्धतेचा अभाव असलेल्या व्यक्ती हपापलेल्या मनोवृत्तीच्या असतात. लोभीपणाने ही माणसे लाचार, मिंधी झालेली देखील आढळतात.

मद

मद म्हणजे माज. स्वत:जवळ असलेल्या गोष्टीविषयींचा अहंकार. दुर्बोध सही आणि सहीच्या आद्याक्षराभोवती वेढा असणे ही या वृत्तीची लक्षणे असतात. अशी माणसे आत्मकेंद्रित प्रवृत्तीची असतात. ही माणसे अक्षरात अंतर ठेवून लिहितात.

मोह

मोह याचा अर्थ एखाद्या गोष्टीकडे आकर्षित होण्याची वृत्ती. कुठल्याही गोष्टीची मर्यादा ओलांडली गेली की त्याचा अतिरेक होतो. त्याचा दुष्परिणाम घडू लागतो. उदा. आजकाल पैसा कुणाला नको? आणि कितीही असला तरी पुरत नाही हे सर्वसामान्य माणसाचे विधान असते. परंतु पैशाच्या मोहातून माणूस घसरू शकतो, मन ताब्यात राहिले नाही तर पैशाच्या मागे लागल्याने नीतिमत्ताही ढासळू लागते. अक्षरातील रेघा प्रमाणापेक्षा थोड्या जास्त रुंदावल्या असल्या की त्यातून माणसाची मोहाची वृत्ती प्रकट होते. ह्या अवाजवी रुंदावणाऱ्या रेषांना दुर्बोधतेची साथ मिळाली तर मोहासाठी अनैतिक मार्ग, नियमांचे उल्लंघन, वाममार्ग इ. प्रकारही घडू शकतात. अवाजवी गडदपणा, अवाजवी गोलाई असेल तर मोहापायी भावनेच्या आहारी जाऊन आयुष्य धुळीला मिळवले गेल्याचीही उदाहरणे आहेत.

मत्सर

मत्सर याचा अर्थ दुसऱ्याचे चांगले न बघवणे. ही माणसं दुसऱ्याची दखल कधीच घेत नसतात. एखाद्याने स्वत:ची काही चांगली बातमी सांगितली तर अशा वेळी मत्सर करणारी व्यक्ती काहीच प्रतिक्रिया व्यक्त करत नाही किंबहुना तुटक प्रतिक्रिया व्यक्त करते. लिहिताना वाजवीपेक्षा जास्त अंतर ठेवून लिहिणे, अरुंद सही, अलंकृत परंतु अरुंद सही, हस्ताक्षरातील रेघांना अणुकुचीदार टोके असणे, सहीच्या आद्याक्षराभोवती वेढा असणे, अल्प स्वल्पविराम ही 'मत्सर' प्रवृत्तिदर्शक लक्षणे हस्ताक्षरात आढळतात.

***

२६. मनोरुग्ण

मनोरुग्ण व्यक्तीचा मनावरचा ताबा पूर्ण सुटलेला असतो.

अशी व्यक्ती लिहू शकणारी असेल तर हस्ताक्षरातील दुबळ्या रेघा न्यूनगंड दाखवतील.

अवाजवी गडदपणा हा मानसिक आघात दर्शवतो व पुन्हा पुन्हा त्याच त्याच आघाताच्या आठवणीने अथवा त्याचे भास जाणवल्याने भावनांचा होणारा उद्रेक, अतिरेक त्यातून प्रकटतो.

हस्ताक्षरात वाजवीपेक्षा दाब अधिक असेल तर झालेल्या आघाताविषयी मनात निर्माण झालेली सुप्त चीड दर्शवते. अक्षरातील उकारांना असलेला प्रश्नचिन्हासारखा आकार हा त्याची लैंगिक व्यथा दर्शवतो. अक्षरातील पुसटपणा, दुबळेपणा हा झालेल्या आघातामुळे आत्महत्येची सुप्त प्रवृत्ती दर्शवतो.

हस्ताक्षरात अवाजवी फराटे असतील तर ती सुप्त सूडबुद्धी दर्शवते.

***

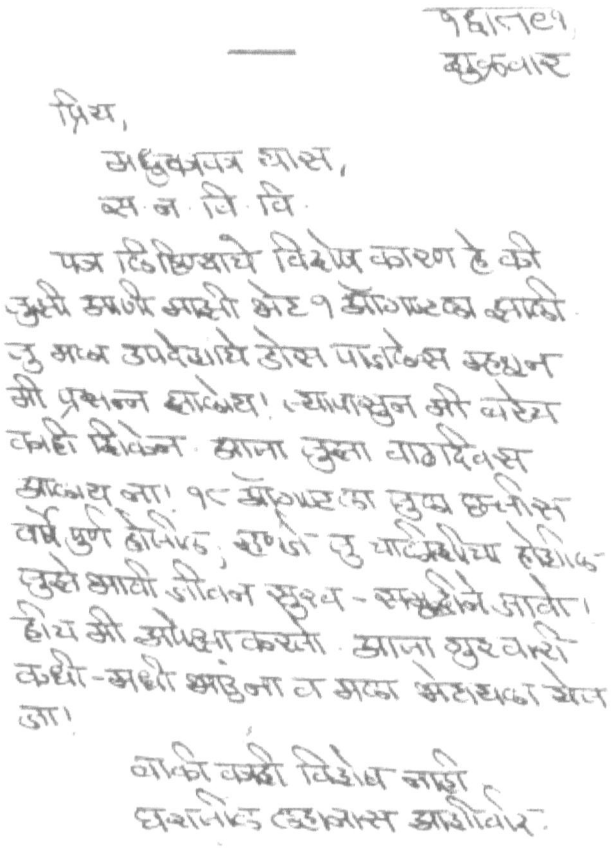

५।१०।९१
शुक्रवार

प्रिय,
अद्वितपत्र व्यास,
स. न. वि. वि.

पत्र लिहिण्याचे विशेष कारण हे की तुझी आणि आमची भेट १ ऑक्टोबरला झाली. तु मला उपदेशाचे डोस पाजलेस म्हणून मी प्रसन्न झालोय! त्यापासून मी थोडे काही शिकलो. आता तुला वाढदिवस आहे ना! १८ ऑक्टोबरला तुला छत्तीस वर्षे पूर्ण होतील, म्हणजे तु चाळीशीच्या उंबरठ्या-पुढचे आयुष्य जीवन सुख-समृद्धीने जावो। हीच मी अपेक्षा करतो. आता गुरुवारी कधी-कधी भेटू ना व मला भेटायला येत जा।

बाकी काही विशेष नाही
घरातील सर्वांस आशीर्वाद.

नमुना ४८ - अक्षर उतरते, अक्षरात दाब जास्त, अक्षरात गडदपणा, भावनेच्या आहारी जाऊन उद्रेक, टोकाला जाण्याची वृत्ती.

२७. नवरस

साहित्यामध्ये नवरस वर्णिले आहेत. शृंगार, वीर, हास्य, करुण, रौद्र, भयानक, बीभत्स, अद्‍भुत आणि शांत हे नवरस म्हणजे माणसाच्या नऊ प्रकारच्या भावनाच आहेत. एक प्रकारे माणसा-माणसांमध्ये आढळणारे जगण्याच्या पद्धतीचे विविध आविष्कारच म्हणता येतील.

हस्ताक्षर मनोविश्लेषण शास्त्राआधारे देखील ह्या आविष्काराचा वेध घेता येईल.

शृंगार

काहीसा गडदपणा आणि प्रमाणबद्धता अक्षरात असेल तर असा माणूस शृंगारी असतो. त्याला रंगसंगतीची जाण असते. शृंगाराचा उपभोग कसा घ्यायचा याचे त्याला चांगले तारतम्य असते. मुळात एक सौंदर्यदृष्टीच त्याला लाभलेली असते. शृंगारात अशा व्यक्तीचा कधीही अतिरेक होत नाही. उत्साह, रसरशीतपणा, धीमेपणा, समाधानी वृत्ती यातून त्याचे व्यक्तिमत्त्व उजळून आलेले असते.

वीर

वीररस हा पराक्रमवृत्तीचा आविष्कार असतो. स्वकर्तृत्वावर यश मिळवण्याचा त्याचा अट्टहास असतो. प्रतिकूलतेवर मात करण्याची वृत्ती असते. प्रबळ इच्छाशक्ती, महत्त्वाकांक्षी आणि त्याचबरोबर निर्णय व कार्यतत्परतेची जोड असते. हस्ताक्षरावर रेघा नसणे, हस्ताक्षरात गतिमानता, झोकून दिलेला स्वल्पविराम, सही खाली खालून वर जाणारी, गतिमान रेघ, ऊर्ध्वगामी रफार व मात्रा ही हस्ताक्षरातील वीररस दर्शक लक्षणे आहेत. आत वळणाऱ्या रेघा ह्या शत्रूवर षड्‌यंत्र रचण्याचे कौशल्य दर्शवते व गुप्तता पाळणे, गुप्त माहिती काढणे इ. वैशिष्ट्ये त्यातून दिसतात. (उदा. छत्रपती शिवरायांचे हस्ताक्षर)

हास्य

हास्यरस म्हणजे मिस्कीलपणाचा मनमुराद आविष्कार. 'हसा आणि लठ्ठ व्हा' हे आरोग्य शास्त्र सांगते. हसल्याने मनाचे आणि शरीरातील स्नायूंचेही ताण कमी होतात. हसण्याने क्लेशदायक, दु:खद प्रसंगांचा विसर पडतो आणि माणूस पुन्हा नव्या उमेदीने जीवनातील आव्हानांना सामोरा जातो. हसल्याने माणसाला निखळ आनंद होतो. हसण्यातून माणसामाणसांमध्ये जवळकीचे नाते निर्माण होते. हस्ताक्षरातील चेहऱ्यासारखी भासमान अक्षरे असलेली माणसे विनोदी, मिस्कील वृत्तीची असतात. विनोदी साहित्यिक, व्यंगचित्रकार, हास्यकवी आदींच्या हस्ताक्षरात चेहऱ्यासारखी भासमान अक्षरे पाहायला मिळतात. त्यांच्यामध्ये प्रामुख्याने निरीक्षक मनोवृत्ती असते. वास्तवाकडे डोळसपणे पाहण्याचा दृष्टिकोन असतो.

करुण रस

हा रस निराशावाद दर्शक आहे. उतरते अक्षर, अक्षरातील पुसटपणा, दुबळेपणा हा करुण रस दर्शवतो. ही माणसे प्रतिकूल परिस्थितीत खचून जातात. मनाविरुद्ध घडलेल्या घटनेचे पडसाद त्यांच्या मनावर दीर्घकाळ उमटून राहतात. ही माणसे भूतकाळात अधिक रमतात. सहीखालील रेघेखाली असलेला गडद ठिपका एखाद्या जुन्या आठवणीने त्यांना सतत अस्वस्थ करणारा असतो.

रौद्ररस

पुराणामध्ये भगवान शंकराच्या रौद्रावताराविषयीचे वर्णन आहे. त्यातूनच हा रौद्ररस नावारूपाला आला. रौद्र म्हणजे उग्र, अकांडतांडव करण्याची प्रवृत्ती. दुसऱ्यावर वर्चस्व सिद्ध करण्याची प्रवृत्ती. हस्ताक्षरातील रेघांमधील अणुकुचीदार टोके रौद्ररूपाचे दर्शन घडवतात. अशी माणसे स्वत:चे म्हणणे खरे ठरवण्याच्या दृष्टीने वाद घालताना आक्रमक पवित्रा घेतात. स्वत:च्या बोलण्यातून दुसऱ्याला भंडावून सोडण्याची त्यांच्यात वृत्ती असते. हस्ताक्षरात अपवादाने येणाऱ्या तुटक रेघा ही प्रवृत्ती दर्शवतात. हस्ताक्षरात तीव्र छेद देणाऱ्या रेघा ह्या अतिरेकी प्रवृत्ती दर्शवतात.

भयानक रस

भयानक म्हणजे भयावह. सध्याच्या युगात त्याचा नेमका अर्थ सांगायचा झाल्यास दहशतवादी आविष्कार. हस्ताक्षरातील अवाजवी फराटे, तीव्र छेद आणि प्रमाणबद्धतेचा अभाव किंवा हस्ताक्षरात अवाजवी स्वैरपणा, यातून दहशतवादीवृत्ती दिसते. 'अतिरेकी' व्यक्ती हा सुप्त दहशतवादाचा आविष्कार असल्याने त्यांच्या सहीत दुर्बोधतेची जोड येईल.

बीभत्स रस

बीभत्सता म्हणजे सौंदर्यदृष्टीला गेलेला तडा. शृंगाराविषयी, उपभोगाविषयी विकृत कल्पना म्हणजे बीभत्सता. हस्ताक्षरातील गोलाई ही सौंदर्यदृष्टी दर्शवते. ही गोलाई अवाजवी झाली, त्यात पसरटपणा- बेढबपणा आला की त्याचे विकृतीत रूपांतर होते. त्यातून बीभत्सता साकारते.

अद्भुत रस

हा रस म्हणजे लक्षवेधी मनोवृत्तीचा आविष्कार असतो. 'काही तरी जगावेगळे' करण्याकडे या व्यक्तींचा कल असतो. सहीतील आद्याक्षर मोठे आणि अलंकृत स्वरूपाचे, सहीखालील रेघेमधे ढंगदारपणा, मांडणी पद्धतीची सही, सहीमधे एखादे भासमान चित्रदर्शक अक्षर इ. लक्षणे अद्भुत रसदर्शक असतात.

शांतरस

शांतरस हा संयमित वृत्तीचा आविष्कार असतो. हस्ताक्षरात प्रमाणबद्धता, सहीखालील रेघा संयमित, हस्ताक्षरातील काने-मात्रे-उकार हे सौम्य, अक्षरांवर रेघा असणे. इ. लक्षणे शांतरस दर्शक असतात.

***

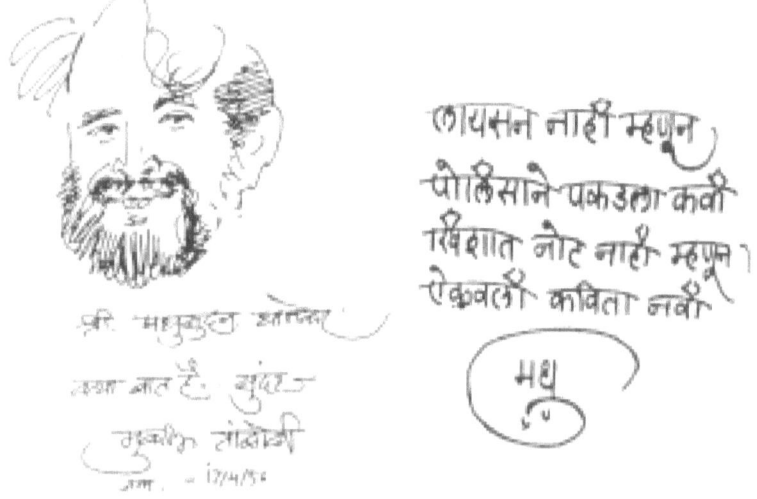

नमुना ४९. हास्यरस   नमुना - ५० हास्यरस

२८. मनोरंजनाची माध्यमे

माणसाला दैनंदिन जीवनात विरंगुळा हवा असतो. त्या दृष्टीने माणूस स्वत:च्या आवडीच्या गोष्टीसाठी विरंगुळा म्हणून काही वेळ आवर्जून देत असतो. स्वत:चे मनोरंजन माणूस तीन पद्धतीतून करून घेतो. दृश्य माध्यम, श्राव्य माध्यम आणि तिसरे वाचन. दृश्य माध्यम आणि वाचन ह्या दोन गोष्टी डोळ्यांशी निगडित आहेत.

दृश्य माध्यमामध्ये, मनोरंजनामध्ये डोळ्यांना आनंद देणाऱ्या गोष्टी मोडतात. टी.व्ही., नाटक, सिनेमा, प्रदर्शने, व्यासपीठीय कार्यक्रम, निसर्गरम्य ठिकाणे इत्यादी. ह्या माध्यमाकडे असलेला कल माणसाच्या मोठ्या स्वरूपाच्या अक्षरातून प्रकट होतो.

त्याउलट वाचनाचे माध्यम. वाचावयाचे स्वरूप बारीक आले. त्यामुळे बारीक अक्षरातून वाचनाकडचा कल प्रकट होतो. बारीक; प्रमाणबद्ध आणि जवळजवळ हस्ताक्षर असेल तर अशी माणसे एकदा कुठलेही पुस्तक हातात घेतले की ते पूर्ण वाचून झाल्याशिवाय हातातून खाली ठेवत नाहीत.

तिसरे माध्यम येते श्रवण माध्यम. ऐकण्यातून मनोरंजन करून घेणे. रेडिओ ऐकणे, कॅसेट्स ऐकणे इ. स्वरूप श्राव्य माध्यमात येते. ज्यांना गाणी ऐकण्याची आवड आहे, अशा काहींच्या सहीच्या आद्याक्षरात कानासारखी उभट भासमान गोलाई देखील आढळते. हस्ताक्षरातील गाठीविरहित रेघा वाद्यसंगीत ऐकण्याकडे कल दर्शवतात. अक्षर बारीक आणि रेघांचे स्वरूप तीव्र तेवढा माणूस कानसेन असतो.

***

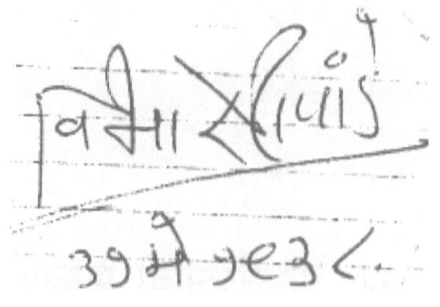

नमुना ५१ दृश्य माध्यम

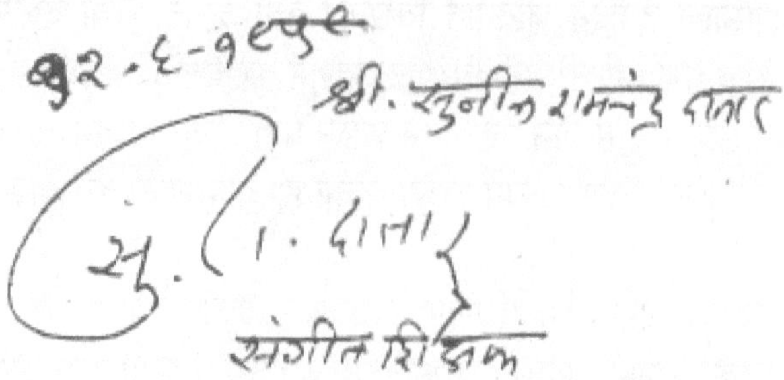

श्री. सुनील रामचंद्र ताम्र

संगीत शिक्षक

नमुना ५२ - श्राव्य माध्यम

अ...... ... .
....
....
....
....
... .

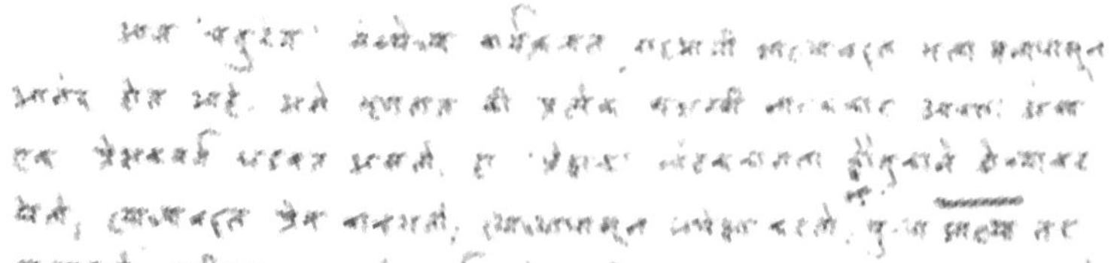

नमुना ५३ वाचनाची आवड

२९. सत्व-रज-तम गुणधर्म

व्यक्ती तेवढ्या प्रकृती, व्यक्ती-व्यक्तींमध्ये भिन्न भिन्न प्रवृत्ती आढळतात. व्यक्तीच्या हस्ताक्षरातून त्याची विचार करण्याची पद्धत, स्वभावाचा मूळ पिंड, माणूस म्हणून वागण्याची रीत आपल्याला लक्षात येऊ शकते, माणसाच्या मूलभूत स्वभावधर्माचे तीन प्रकारात वर्गीकरण करता येईल.

सत्त्व गुण

ह्या गुणधर्माच्या व्यक्ती अत्यंत सात्त्विक मनोवृत्तीच्या असतात. हस्ताक्षरांमधील लक्षणांच्या दृष्टिकोनातून विचार करायचा झाल्यास, त्यांचे हस्ताक्षर उतरते कदापि आढळत नाही. अशा व्यक्तींच्या हस्ताक्षरांमधील वळणे ही अत्यंत सौम्य आणि संयमी असतात. रेघांमध्ये मंदगती असते. अशा व्यक्तींमध्ये धीमेपणा असतो. त्यांच्यात सहनशीलता, सोशिकता अधिक असते. दुसऱ्याला समजावून घेण्याची भावना असते. त्याचबरोबर दुसऱ्याचे भले व्हावे या अर्थाने तळमळीने ही माणसे चार शब्द प्रेमानेही दुसऱ्याला सांगताना आढळतात. आदर्शवाद आणि आचरण यात तफावत आढळत नाही. लीनता, नम्रता असते. कुठल्याही बाबतीत अशी माणसे टोकाच्या भूमिकेला जात नाहीत, त्यामुळे त्यांच्या हस्ताक्षरात फराटे आढळणार नाहीत. ही माणसे विचारप्रधान असल्याने त्यांच्या हस्ताक्षरात ढंगदारपणा, अलंकृतपणा आढळत नाही. त्यांचे जीवनविषयीचे तत्त्वज्ञान स्पष्ट असल्याने हस्ताक्षरात साधेपणा असतो. सहीमध्ये दुर्बोधता आढळणार नाही. ढंगदारपणा आढळणार नाही. ही माणसे ऐहिकतेकडे झुकणारी असतात. सत्त्वगुणी माणसाकडे एकाग्रवृत्ती असते, शांतपणा असतो त्यामुळे त्यांच्या हस्ताक्षरात खाडाखोड अथवा प्रमाणबद्धतेचा अभाव आढळणार नाही. साधुसंत मंडळी, धर्म प्रसारक, आध्यात्मिक, सन्मार्गी व्यक्तींच्या हस्ताक्षरात ही वैशिष्ट्ये पाहावयास मिळतात.

रजोगुण

रज गुणधर्माच्या व्यक्ती ह्या उपभोगवादी असतात. चोखंदळ असतात. समाजात सर्व स्तरांवर वावरणाऱ्या असतात. समाजात दिलखुलासपणे रमणाऱ्या असतात. त्यांच्यात समूहप्रियता असते. त्यांच्या हस्ताक्षरातील रेघांमध्ये कमनीयता असते. सहीमध्ये ढंगदारपणा, अलंकृतपणा असतो. हस्ताक्षर काहीसे गडदही असते. स्वार्थाबरोबर यथाशक्य परमार्थही असतो. व्यवहाराला धरून वागण्याकडे कल असतो. स्वप्नाळू वृत्ती असते. आवडीनिवडी वैशिष्ट्यपूर्ण असतात. रंगसंगतीची जाण असते. आशावाद असतो आणि हव्यासाबरोबर मर्यादित सहकार्यवृत्ती देखील असते.

रजोगुण असणारी माणसे प्रपंचही करतात आणि दानधर्मही करतात. त्यामुळे ऊर्ध्वगामी अक्षरांबरोबर ढंगदारपणाचा आविष्कारही त्यांच्या हस्ताक्षरात, सहीमध्ये पाहायला मिळतो. खालून वर जाणारी सही उच्च आदर्शवाददर्शक असेल तर त्या जोडीने सहीखालील बाकदार अथवा बहिर्वक्र किंवा कमनीय रेघ आढळते. रजोगुणधर्माच्या व्यक्ती प्रलोभनाच्या आहारी अपवादानेच जातात त्यामुळे हस्ताक्षरात अवाजवी फराटे आढळत नाहीत.

ह्या व्यक्ती 'खाओ पिओ मजा करो' अशा वृत्तीच्या असल्या तरी त्यांना परिस्थितीचे भान असते. त्यामुळे त्यांच्या हस्ताक्षरात वाजवीपेक्षा पसरटपणा आढळत नाही. ही माणसे प्रसंगी निराश होतात. परंतु त्यातून पुन्हा उभी राहतात त्यामुळे त्यांच्या हस्ताक्षरात जास्त गडदपणा नसतो.

तमोगुण

ह्या वर्गामध्ये हीनप्रवृत्तीने वागणारी माणसे मोडतात. त्यांना समाजाच्या हिताशी काही देणे घेणे नसते. त्यांच्या विचारांना पातळी नसते. स्वार्थासाठी केलेल्या कृत्याच्या होणाऱ्या दुष्परिणामाविषयी त्यांना काहीच नैतिकता नसते. नीतिमूल्ये-आदर्शवाद, सद्सदविवेक बुद्धी, आचार-विचार संहिता इ. सर्व गोष्टींना त्यांच्या शब्दकोशात कुठेच थारा नसतो. कुठल्याही बाबतीत आत्मकेंद्रित आणि स्वार्थवृत्ती वाजवीपेक्षा अधिक बळावल्याने तडजोड करणे त्यांना माहीतच नसते. भोगवाद, विलासीवृत्ती त्यांच्यात भिनल्यामुळे हव्या असलेल्या गोष्टी मिळविण्याकरिता मिळेल त्या मार्गाचा अवलंब करताना मागचा पुढचा विचार करीत नाहीत. गुन्हेगारी प्रवृत्ती यातून जास्त प्रमाणात बळावत जाताना आढळते. अशा व्यक्तीची कृती आणि हेतू यामध्ये भिन्नता आढळते. विशिष्ट परिणाम दृष्टिक्षेपात आल्यानंतर त्यांच्या विश्वासार्हतेला

तडा जात असल्याचे अनुभवास येते. हस्ताक्षरातील वळणे अवाजवी फराटेयुक्त अथवा अवाजवी गोलाईयुक्त अथवा जास्त गडद स्वरूपाची आढळतात. प्रसंगी अशा व्यक्ती भावनेच्या आहारी जाऊन वैफल्यापायी आत्महत्येसदेखील प्रवृत्त होतात. खाण्यात मांसाहार, खुनशी वृत्ती, स्वार्थासाठी दुसऱ्याची पिळवणूक, कुठल्याही व्यवहारात नियमबाह्यता- वाममार्गाचे अवलंबन, निर्दयता, असमाधान, झोप शांत न लागणे, बेफिकीरपणा, भडक रंगाकडे कल, वाणीत नीतिमत्तेला सोडून कठोरता इ. सर्व उण्या बाजू तमोगुणी व्यक्तीमध्ये आढळतात. हस्ताक्षर अथवा सहीत दुर्बोधता, खाडाखोड, प्रमाणबद्धतेचा अभाव, रेघांमध्ये बेफिकीर गती, सहीत तीव्र छेद असणाऱ्या रेघा इ. लक्षणे अशा व्यक्तीबाबत आढळतात.

***

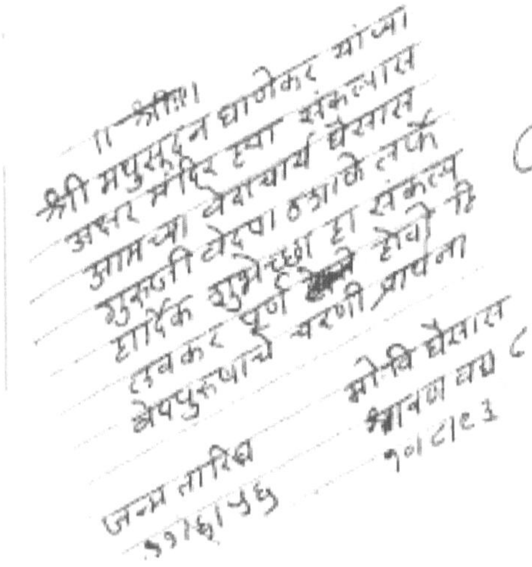

नमुना ५४ - सत्वगुण   नमुना ५५ - रजोगुण

नमुना ५६ तमोगुण

सत्व-रज-तम गुणधर्म / ९१

३०. व्यक्तिसापेक्ष मनोविश्लेषण

जेव्हा एखादी व्यक्ती उत्सुकतेने आपल्याला मनोविश्लेषण जाणून घेण्याकरिता स्वत:चे हस्ताक्षर दाखवते तेव्हा प्रथम त्या व्यक्तीची पार्श्वभूमी समजावून घ्यावी. त्या व्यक्तीचे वय, क्षेत्र, विशेष काही आवडी-निवडी- छंद इ. जाणून घेऊन त्या अनुषंगाने जर मनोविश्लेषण केले तर ते त्या व्यक्तीच्या हृदयात थेट भिडू शकते. यातून माणूस कायमचा जोडला जाण्यास देखील मदत होऊ शकते.

काही मार्गदर्शक तत्त्वे

१) गाण्याची आवड असलेल्या व्यक्तीचे हस्ताक्षर जर काहीसे गडद असेल तर आपण त्याचे मनोविश्लेषण करताना आवर्जून सांगावे की तुम्हाला जुनी गाणी खूप आवडत असतील. भावगीते, गझला, हळुवारपणा असलेली गाणी आवडत असतील आणि असे सांगितल्यावर सदर व्यक्ती आपल्याला दाद दिल्याशिवाय राहणार नाही.

२) एखाद्या डॉक्टरांच्या हस्ताक्षरात सौम्य काने-मात्रे आढळले तर त्यांना आपण सांगावे, "डॉक्टर, तुमचा हात अत्यंत हलका असेल, पेशंटला तुम्ही इंजेक्शन कधी दिले ते कळतही नसेल!"

३) एखाद्या उमद्या तरुणाने (लग्नाला आलेल्या) आपली ढंगदार सही दाखवली तर त्याला सांगावे की तू खूप दिवास्वप्नं पाहतोस! तो तरुण मनापासून हसेल!

४) एखाद्या अभिनेत्याच्या हस्ताक्षरात गतिमान रेघा असतील तर त्याला सांगावे की आपली संवादफेकीवर हुकमत आहे.

५) एखाद्या क्रिकेटिअरच्या हस्ताक्षरात प्रमाणबद्धता नसेल आणि काही फराटे असतील तर त्याला सांगावे की खेळात तुझी घाई नडते आणि त्यामुळे तू बाद होतोस!

६) फोटोग्राफरच्या सहीत आद्याक्षर मोठे आणि गोलाईयुक्त असेल तर त्याला

सांगावे की 'क्लोज अप' काढण्यात तुझा हातखंडा आहे.

७) एखाद्या कवीने आपली पुसट सही दाखवली तर त्याच्या कवितेतील निराशावादाबद्दल बोलून सहानुभूती दाखवावी.

८) पत्रकाराच्या हस्ताक्षरात गोलाई, अलंकृतपणा असेल तर त्याचे कला-सांस्कृतिक घडामोडींवर जाणीवपूर्वक लक्ष असते असे सांगावे.

९) एखादा बुद्धिबळ खेळाडू आला; त्याच्या हस्ताक्षरात अंतर ठेवून लिहायची सवय असेल तर त्याला सांगावे, की तू बुद्धिबळ खेळताना मूव्ह (चाल) करायला फार वेळ लावतोस.

१०) एखाद्या वकिलाच्या हस्ताक्षरात संयमित रेघा असतील तर त्यांना सांगावे की, कोर्टात केस चालवताना तुम्ही कधीही आणि कुठल्याही परिस्थितीत स्वत:चे पेशन्स घालवत नाही, अत्यंत शांतपणाने आपली मते मांडता.

११) एखाद्या ज्योतिष्याने दाखवलेल्या स्वत:च्या हस्ताक्षरात क्लिष्टता, दुर्बोधता आणि फराटे आढळले तर सांगावे की, तुम्ही दुसऱ्याचे भविष्य वर्तवताना आधी वाईट गोष्टी आवर्जून सांगता.

***

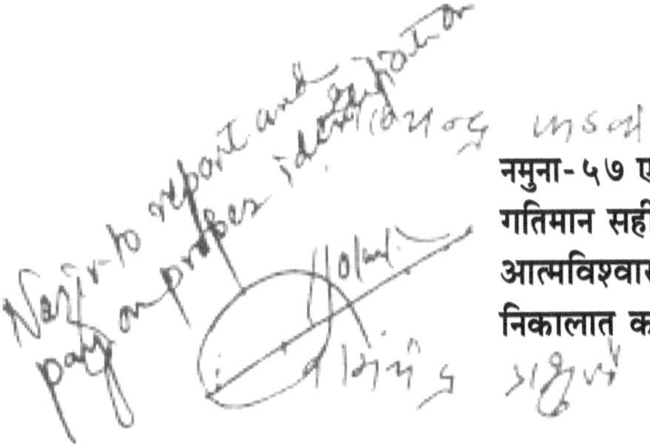

नमुना-५७ एका न्यायाधीशाची गतिमान सही कुठलेहीप्रकरण आत्मविश्वासपूर्वक तत्परतेने निकालात काढण्याची वृत्ती.

नमुना - पत्रकाराची मांडणी पद्धतीची सही हरहुन्नरी प्रवृत्ति व्यासंगी पत्रकरितेमध्ये विविध विषय हाताळण्याकडे कल.

व्यक्तिसापेक्ष मनोविश्लेषण / ९३

३१. तौलनिक विचार

हस्ताक्षरावरून मनोविश्लेषण कसे करावयाचे या विषयक आपण वेगवेगळ्या दृष्टिकोनांतून अनेक गोष्टी पाहिल्या.

कसोटी कुठे ठरू शकते?

तर जसे एखादा खेळाडूंचा संघ निवडायचा आहे आणि निवडीसाठी आलेले सर्व खेळाडू निष्णात आहेत. अशा वेळी त्यांच्या गुणवत्तेत कसोटी लागते.

मनोविश्लेषणासाठी समोर बारीक हस्ताक्षराचे काही नमुने आले तर सरसकट प्रत्येकाच्या विचारात बारकावा असे आपण विधान करून चालेल का? तर अशा बाबतीत आपल्याला बारकाईनेच प्रत्येकाला वेगवेगळे निकष लावावे लागतील आणि त्यानुसार प्रत्येकाचा गुणवत्तेचा दर्जा ठरेल. उदाहरणादाखल बारीक अक्षर आणि विविधता आणि त्यानुसार गुणवत्तेचा कस लावायचा ते पाहू.

१) बारीक अक्षर आहे- दूरदृष्टी निश्चित, परंतु अक्षराची टोके अणुकुचीदार त्यामुळे टोकाला जाऊन बोलण्याच्या वृत्तीमुळे दूरचा विचार हा व्यर्थही ठरू शकतो.

२) संघटनक्षेत्रात काम करणारी व्यक्ती आहे. अक्षर बारीक आहे. दूरदृष्टी आहे. परंतु तीव्र छेद देणारी रेघ असेल तर अशा व्यक्तीकडून माणसे तोडली जातील. हेतू साध्य होणे अवघड.

३) अक्षर बारीक आहे पण पुसटही आहे. म्हणजे अशी माणसे नुसताच दूरचा विचार करतील आणि कृती काहीच घडणार नाही.

४) अक्षर बारीक आहे आणि सही साखळीपद्धतीची हा प्रकार निश्‍तिच व्यक्तिमत्त्वाचा दर्जा उंचावणारा. अशा व्यक्तीला प्रत्येक व्यक्तीची नस ओळखण्याचे कौशल्य आणि नुसते माणूस ओळखण्याचे कौशल्य नाही, तर त्याचा कुठल्या वेळी कशा पद्धतीने एखाद्या चांगल्या कार्यात उपयोग करून घ्यायचा याचीही अचूक जाण दर्शवणारे ठरेल.

५) अक्षर बारीक आहे परंतु अक्षरात अंतर ठेवून लिहिले आहे. इथे त्याच्या दूरदृष्टीला संशयी वृत्ती, तुटकपणा मारक ठरणारे असते.

६) बारीक अक्षर आहे आणि वेलांटीची टोके रेघेच्या आत शिरणारी... असा माणूस बुद्धिमान. त्याच्या विचाराला खोली दाखवते.

७) अक्षर बारीक आणि रेघा, गाठीविरहित अशा व्यक्तीला उपजत दूरदृष्टी असतेच परंतु वैचारिक प्रभावातून दुसऱ्याला भारावून टाकण्याची क्षमताही असते.

८) बारीक अक्षर, गोलाई आणि प्रमाणबद्धतेचा संगम असेल तर अशा व्यक्तीत निश्चितच सुंदर कलाकृतीच्या निर्मितीची क्षमता असते.

९) बारीक अक्षर आणि सहीखाली गतिमान रेघ असेल तर अशा व्यक्तीची महत्त्वाकांक्षा, प्रबळ इच्छाशक्तीतून आणि कार्यातील सातत्यातून निश्चितच सफल ठरू शकेल.

हस्ताक्षातील कुठलाही समाईक प्रकार आणि त्यातील विविधता यासंदर्भात मनोविश्लेषण करताना अशा भिन्न कसोट्या लावता येतील याचा अंदाज यावा म्हणून उदाहरणार्थ म्हणून वर नऊ प्रकार नमूद केले आहेत. उदाहरणांची संख्या याहून किती तरी अधिक होऊ शकेल. परंतु तौलनिक पातळीवर विचार कसा करावा याची दिशा कळावी याच केवळ हेतूने मर्यादित उदाहरणे वर दिली आहेत.

***

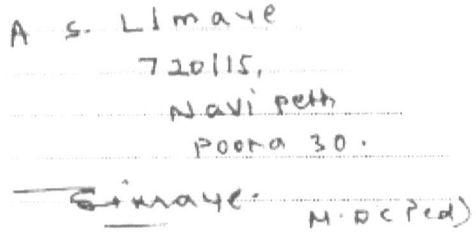

नमुना ५९ - बारीक अक्षर आणि रेघांमधील सौम्यपणा-दूरदृष्टी, बोलण्यात मवाळपणा, दुसऱ्याला समजून घेण्याची भावना.

३२. हस्ताक्षरातील यशाचे प्रतिबिंब

भगवान श्रीकृष्णाने गीतेमध्ये सांगितले आहे. "कर्म करीत रहा, यशाची अपेक्षा न करता कर्म करीत रहा." परंतु आजच्या आधुनिक युगात असा कर्मयोगी दुर्मीळच! माणूस स्वप्नाशिवाय जगू शकत नाही, आशेविना जगू शकत नाही. अगदी अंतिम श्वास घेताना देखील हे माझे, ते माझे.. आशा सुटत नाही. माणसाचे सगळेच दिवस सारखे असू शकत नाहीत. नियतीला जसे चक्र आहे, निसर्गाला जसे चक्र आहे, तसे माणसाच्या सुख-दु:खाला, यश-अपयशालाही एक चक्रच आहे. ईश्वराने माणूस घडवताना, त्याला सगळ्या गोष्टी दिलेल्या नाहीत. काही ना काही उणे ठेवलेले आहे. माणूस चंद्रावर गेला, परंतु तो मृत्यू टाळू शकत नाही. नियतीच्या मर्यादा वगळता, माणूस स्वत:च्या हिकमतीतून स्वत:चे आयुष्य कसे घडवतो, हे त्याच्या कर्मातून सिद्ध होते. त्याचे जे प्रतिबिंब पाहावयास मिळते त्याच्या साधनांमधून पाहावयास मिळते. माणसाच्या यशाची क्षमता त्याच्या कृतीमधून अजमावता येते. तो बोलतो कसा, वागतो कसा, त्याचे आदर्श काय (कोणते), त्याचे आचरण कसे... ह्या साऱ्या गोष्टींतून त्याच्या यशाची पारख करता येते. 'हस्ताक्षर' हे सुद्धा त्याच्या यशाचे एक परिमाण आहे.

तत्पूर्वी मानसशास्त्राचा विचार लक्षात घेता, माणसाला यशासाठी कोणते मूलभूत गुणधर्म आवश्यक आहेत ते आधी पाहू आणि त्याही अगोदर 'यश मिळवणे' म्हणजे नक्की काय? त्याची व्याख्या पाहू. 'यश' म्हणजे साध्या-सोप्या-सरळ अर्थाने 'हवी असलेली गोष्ट' मिळणे आणि यात प्रयत्न ग्राह्य धरले आहेत. इथे 'हवी असलेली गोष्ट' व्यक्तिसापेक्ष आहे.

यशापर्यंतची वाटचाल माणसाच्या हस्ताक्षरातून कशी उमटते ते आपण आता पाहू. आपल्याला काय मिळवायचे आहे हे माणूस ठरवत असतो. त्यादृष्टीने तो विचार करीत असतो. याबाबत भविष्यकाळचा तो दीर्घकालीन वेध घेत असेल तर

ते त्याच्या 'बारीक' अक्षरातून प्रकट होते. बारीक अक्षर 'बारकावा' प्रकट करते. यश मिळण्याच्या दृष्टीने स्वत:च्या कर्तृत्वाचा अंदाज घेताना संभाव्य अडचणींचाही विचार 'बारीक' अक्षर दर्शवते तर मोठे अक्षर नजीकच्या काळाचा विचार दर्शवते. हव्या असलेल्या गोष्टीबाबात तडजोड मनोवृत्ती दर्शवते. खोलवर विचार करण्याची क्षमता / वैचारिक प्रगल्भता ही अक्षरात शिरणाऱ्या वेलांटीच्या टोकांमधून प्रकट होते. अक्षर ढोबळ, बेढब असेल तर माणूस वरवर विचार करतो असे दिसते.

माणसाला अडीअडचणी कधी चुकणाऱ्या नसतात. तरीदेखील तो नव्या उमेदीने धडपडत असतो. हा आशावाद. लिहिताना वरवर जाणारे अक्षर किंवा सहीखालील वर जाणाऱ्या रेघा दर्शवतात. माणसाला आत्मविश्वास नसेल तर तो कुठलीही गोष्ट करू शकत नाही. सहीखालची रेघ त्याचा आत्मविश्वास दर्शवते. सहीतील 'मोठे आद्याक्षर' आत्मविश्वास दर्शवणारे असते.

क्रियेविण कर्म व्यर्थ ठरणारे असते. त्यामुळे कर्माला कार्यातील सातत्याची जोड हवी असते. सातत्य म्हणजे चिकाटी. अक्षरातील ताठरपणा, रेघांमधील ताठरता (sharpness) ही चिकाटी दर्शवतो. शारीरिक दृष्ट्याही तो काटकपणा दर्शवतो.

भविष्यकाळ हे 'प्रश्नचिन्ह' असते. काय घडेल सांगता येईलच असे नाही. स्वत:चे इप्सित साध्य करताना जर अचानक काही प्रतिकूलता निर्माण झाली तर अशा वेळी खंबीरपणे सामोरे जाण्याचे सामर्थ्य आवश्यक असते. ही प्रतिकूलतेवर मात करण्याची क्षमता माणसाच्या गतिमान रेघेतून प्रकट होणारी असते. कुठलीही गोष्ट फक्त, 'मी' केली असे कधी होत नसते. भोवतालच्या परिस्थितीबरोबरच भोवतालची माणसं आणि त्यांच्याशी असलेले संबंध यातूनच घडणारे घडत असते. दुसऱ्याकडे पाहण्याचा दृष्टिकोन कसा यावर 'मी' ला मिळणारे यश अवलंबून. अवाजवी बारीक आद्याक्षर न्यूनगंड दाखवते. तर आद्याक्षराला किंबहुना सहीला असलेला वेढा हा पूर्णपणे आत्मकेंद्रित वृत्ती दर्शवतो. जेवढी अक्षरं जवळ तेवढी माणसं जवळ आणि अशावेळी वेळेला माणूस मदतीला येणारच. अंतर वाढले, माणसांतील अंतर वाढले अशा वेळी दुसरा कुणीच जवळ नसतो; मग ठरते परीक्षा ती मीपणाचीच. स्वत:ला हवी असलेली गोष्ट मिळवताना जर अनपेक्षित (ज्याचा विचार केलेला नसतो असे) काही घडले तर अशा वेळी स्वत:चा तोल जर सावरला गेला नाही तर माणूस घसरण्याची शक्यता असते. म्हणजेच काहीतरी घडल्यावर माणसाचा तोल जाता कामा नये, मनावर ताबा असणे जरुरीचे असते. अक्षरातील संयमित रेघा, काना, मात्रा, उकार संयमित असल्यास तो मनावरील संयम दर्शवत असतो.

प्रत्येकजण स्वप्नाळू असतो. महत्त्वाकांक्षाही प्रत्येकाला असते, त्याचे प्रमाण

कमी-जास्त असते, ते व्यक्तिसापेक्ष असते. हवी असलेली गोष्ट मिळवण्याकरिता बदलत्या परिस्थितीनुसार कृतीत बदल करावा लागतो. म्हणजेच निर्णयात लवचीकता असणे जरुरीचे असते आणि नुसता निर्णय घेऊन उपयोगी नसते तर त्याची अंमलबजावणी करावी लागते, ते कृतीतून आणावे लागते. तसेच जी गोष्ट हवी आहे त्याबद्दल प्रबळ इच्छाही असावी लागते, तरच माणूस तेवढा क्रियाशील, प्रयत्नशील राहू शकतो. सारांशाने, यशासाठी तीव्र इच्छाशक्ती, महत्त्वाकांक्षी प्रवृत्ती-अचूक निर्णयक्षमता आणि क्रियातत्परता या सर्व गोष्टींचीच सांगड आवश्यक असते.

मोठे आद्याक्षर महत्त्वाकांक्षी वृत्ती दर्शवते. प्रबळ इच्छाशक्ती दर्शवते. बारीक अक्षर निर्णयातील बारकावा दर्शवते. अक्षरातील गतिमान रेघ ही प्रबळ इच्छाशक्तीबरोबर क्रिया तत्परता प्रकट करते आणि त्यासाठी आवश्यक असलेला आत्मविश्वासही त्यातून व्यक्त होतो. आपल्याला नेमके काय हवे आहे ते ठरल्यावर त्या दृष्टिकोनातून इप्सित साध्य करण्याकरिता वैचारिक देवाण-घेवाण करावी लागते. माझ्या इप्सिताविषयी मला काय वाटते हे सांगता यावे लागते. म्हणजेच इथे 'समर्थन शैली' नावाचा गुणधर्म आला. अक्षरातील प्रमाणबद्धता तसेच समासातील अचूकता ही समर्थनशैली दर्शवते. दुसऱ्याचे विचार ऐकून घ्यायचे म्हणजेच दुसऱ्याला समजून घेणे. याचाच अर्थ संकुचित भावना नसते, आत्मकेंद्रित प्रवृत्ती असून चालणार नाही. अक्षरातील कमी अंतर अथवा अक्षरातील सौम्यपणा हा दुसऱ्याविषयी जिव्हाळा दर्शवतो आणि अशी वृत्ती स्वार्थ आणि परमार्थ अशी दुहेरी भूमिका करते. 'एकमेकां साहाय्य करू' हा धर्म सांगते.

इप्सित सामाजिक असेल, विश्वकल्याणाचे असेल तर ते अक्षरातील ऊर्ध्वगामी रेघांतून प्रकटते. ऊर्ध्वगामी रफार, मात्रेतून प्रकटते. इप्सितमधील आदर्शवाद अक्षरातील सौम्यपणातून दिसतो. अक्षरात कुठे दुर्बोधता आल्यास आदर्शवादाला बाधा येते.

व्यक्ती तेवढ्या प्रकृती असे आपण म्हणतो. माणसाचे जगण्याचे वेगवेगळे आविष्कार असतात, रंगढंग असतात, पिंड असतात. कुणाच्या व्यक्तिमत्त्वातून प्रभावी वैचारिकता दिसते. गाठीविरहित रेघांमधून प्रभावी वैचारिकतेचे प्रतिबिंब प्रकटणारे असते. त्यातून कुशलता व्यक्त होणारी असते. चित्रकार, व्यंग्यचित्रकार, समीक्षक, साहित्यिक, अभ्यासक, तत्त्वज्ञ, दिग्दर्शक, तंतुवादक, धर्मप्रसारक, नेता, आदींच्या हस्ताक्षरातील रेघा गाठीविरहित असण्याचे प्रमाण अधिक आढळते.

माणसाचा कलात्मक आविष्कार अक्षरातील गोलाई, रेघांमधील कमनीयता, काहीसा गडदपणा, सहीतील अलंकृतता, ढंगदारपणा यातून दिसणारा असतो. याची प्रचिती नाट्य-चित्रपट सृष्टीतील कलावंत, संगीत क्षेत्रातील गायक कलाकार, शिल्पकार,

चित्रकार आदींच्या हस्ताक्षरातून, सह्यांतून येते.

विनोद, हास्य माणसाला सर्वांत जास्त प्रमाणात आकर्षून घेणारे असते. कारण त्यामुळे माणसाचे मानसिक ताण कमी होतात. हसण्यामुळे शरीर आणि मन दोन्ही मोकळे होत असल्याने मिळणारा आनंद निखळ असतो. माणसाचा विनोदी स्वभाव, विनोदी पिंड अक्षरातील चेहऱ्यासारख्या भासमान गोलाईतून व्यक्त होतो. विनोदी साहित्यिक, हास्यकवी, ऑर्केस्ट्रातील मिमिक्री कलावंत, व्यंग्यचित्रकार, नाट्य-चित्रपटातील हास्य कलावंत आदींच्या अक्षरांत चेहऱ्यासारखी भासमान गोलाई दिसते.

आपल्या व्यक्तिमत्त्वातून जग जिंकण्याचीही क्षमता काहीजणांमध्ये असते. अशी माणसं प्रचंड आत्मविश्वासाने समूहावर प्रभाव पाडतात. प्रत्येक शब्दाला वजन प्राप्त होत असते. प्रबळ इच्छाशक्ती आणि कार्यमग्नतेतील आत्मविश्वासपूर्वक सातत्य यांच्या जोडीला प्रतिकूलतेवर मात करण्याचे सामर्थ्य हे त्यांच्या यशामागचे मूळ रहस्य असते. अशा व्यक्तींच्या हस्ताक्षरात अशा गतिमान रेघा पाहायला मिळतात. साखळी पद्धतीची सही, गतिमान अक्षर ही खास त्यांची वैशिष्ट्ये असतात. समाजात काहीतरी चांगलं घडावं, समाजामध्ये आदर्शवाद रुजला जावा ह्या तळमळीने कार्य करणारी मंडळी असतात. त्यांना सतत दुसऱ्याला काहीतरी सांगावेसे वाटत असते. मग अशा व्यक्ती शिक्षक, प्राध्यापक, धर्मगुरू, सामाजिक कार्यकर्ते, विचारवंत धर्मप्रसारक पैकी असू शकतात. समाजामध्ये चांगले निर्माण करायचे, समाजावर काही ठसवायचे- बिंबवायचे म्हणजे मुळात स्वत:मध्ये आदर्शवादाचे आचरण असावे लागते; जे सांगायचे ते विचार प्रभावीपणे मांडण्याची समर्थनशैली, प्रभावी वक्तृत्व असावे लागते. ही वैशिष्ट्ये पूर्णपणे प्रमाणबद्धतेमध्ये, स्पष्ट अक्षरामध्ये आढळतात.

***

नमुना ६०- मात्रा कलत्या, त्यात कमनीयता आणि सहीखाली बहिर्वक्र रेघ यातून शब्द, स्वर आणि ताल यांचा सुरेल संगम साकार झालेला दिसतो.

(डॉ. बाबासाहेब आंबेडकर)

नमुना ६१ - सही खालील रेघेत लवचीकता ही तडजोड वृत्ती दर्शविते.

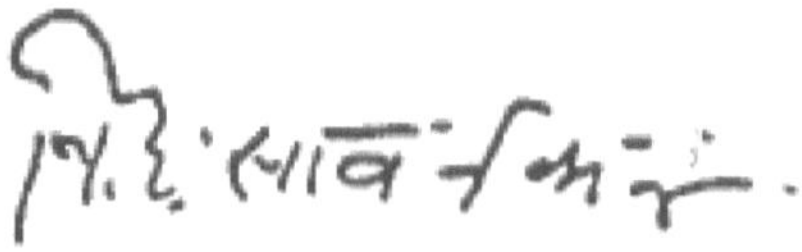

नमुना ६२- सहीतील चढ-उतार प्रतिकूलतेवर मात करण्याची क्षमता दर्शवतात.

नमुना ६३- सहीत आद्याक्षर मोठे - चष्माच्या भिंगासारखे बदलत्या परिस्थितीचा अचूक वेध घेऊन त्यानुसार निर्णायक पावले, आत्मविश्वासपूर्वक टाकण्याची वृत्ती

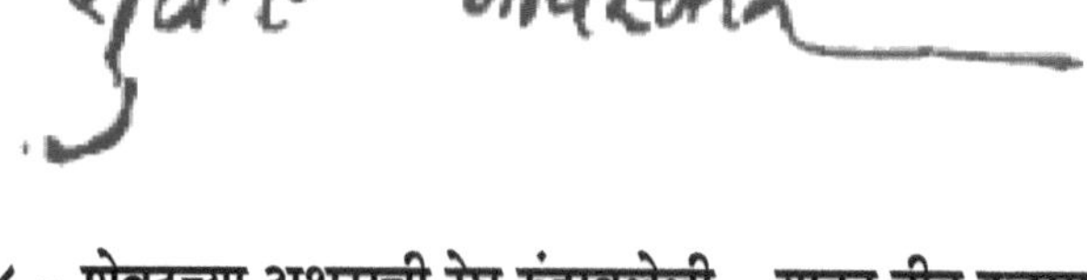

नमुना ६४ - शेवटच्या अक्षराची रेघ रुंदावलेली - यातून तीव्र इच्छाशक्ती आणि कार्यतत्परता दिसते.

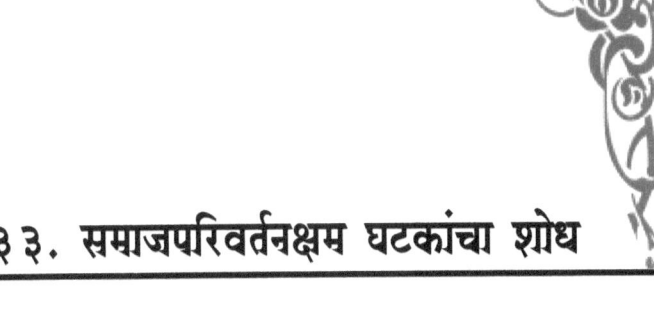

३३. समाजपरिवर्तनक्षम घटकांचा शोध

हस्ताक्षर मनोविश्लेषणशास्त्र हे अधिकाधिक समाजाभिमुख करण्याचा 'हँडरायटिंग ॲनॅलिसिस रिसर्च फाउंडेशन' चा प्रयत्न आहे. 'हस्ताक्षर आणि स्वभाव' विषयक प्रात्यक्षिकासह व्याख्यान देताना प्रत्येकातील सद्‌गुण जाहीरपणे सर्वांच्या निदर्शनास आणून एक प्रकारे अप्रत्यक्षरीत्या सामुदायिक आत्मविश्वास वाढवण्याचा प्रयत्नच केला जातो. व्याख्यान अथवा संबंधित येणाऱ्या व्यक्तींच्या निमित्ताने हस्ताक्षराच्या आधारे ज्याच्यात सामाजिक आणि राष्ट्रीय बांधिलकी उपजत स्वरूपात आहे अशा घटकाचा शोध घेता येणे निश्चितच शक्य आहे आणि तसा प्रयत्नही प्रत्येक प्रात्यक्षिकांसह व्याख्यान देताना यशस्वी ठरत असल्याचे प्रत्ययास येते.

हा शोध घेण्याच्या काही पद्धती

१) ज्यांचे हस्ताक्षर खूप जवळ जवळ आहे अशा व्यक्ती अत्यंत बोलक्या व समूहप्रिय असतात. एखाद्या विधायक उपक्रमाचा प्रसार अशा व्यक्तीमार्फत करणे सुलभ होऊ शकते.

२) ज्यांच्या अक्षरात गोलाई आहे, सहीत अलंकृतपणा आहे अशा व्यक्तींचा सार्वजनिक उत्सवांमध्ये सजावटीसाठी उपयोग करून घेता येऊ शकतो.

३) ज्यांच्या अक्षरात फराटे आहेत किंवा गतिमानता आहे अशा व्यक्तींमध्ये अन्यायाविरुद्ध झगडण्याची क्षमता असते. सामाजिक समस्यांसाठी मोर्चा काढणे, एखाद्या अधिकाऱ्याकडे अन्यायाविरुद्ध दाद मागणे, इ. बाबत अशा व्यक्ती योग्य ते मार्गदर्शन लाभल्यास आघाडीवर कामी येऊ शकतात.

४) साधी, सरळ आणि स्पष्ट सही करणारी व्यक्ती प्रामाणिक असते. तिच्यात विश्वासार्हता असते. सार्वजनिक कार्यक्रमात अशी व्यक्ती निधी-संकलन, हिशेब ठेवणे ही कामे चोखपणे करू शकते.

५) साखळीपद्धतीची सही असलेल्या व्यक्तीत संघटन कौशल्य असते.

निरपेक्षता असते. कुठल्याही विधायक संस्थेच्या सचिव अथवा संघटक पदाची जबाबदारी अशी व्यक्ती निश्चितच यशस्वीरित्या पार पाडू शकते.

६) सहीमध्ये चढ-उतार असणे, अक्षरातील गतिमानता अथवा सहीखाली गतिमान रेघ इ. लक्षणे हरहुन्नरी प्रवृत्तीची दर्शक असतात. अशी व्यक्ती समाजातील विविध स्तरांत वावरणारी असते. कुठल्याही विधायक रचनात्मक कार्यक्रमासाठी संपर्क म्हणून अधिक प्रमाणात उपयोग करून घेता येऊ शकतो, कारण अशा व्यक्तींना विविध प्रकारच्या लोकसंग्रहाचे वेड असते.

७) हस्ताक्षरात ऊर्ध्वगामी, मात्रा, रफार अथवा रेघेपासून सुटलेल्या मात्रा असतील तर अशा व्यक्तीमध्ये उपजत नेतृत्त्वगुण असतात. त्यांच्यात समाज-उन्नतीविषयक तळमळ असते. उच्च ध्येयवाद असतो. विधायक उपक्रमासाठी अशा व्यक्ती दीपस्तंभासारख्या मार्गदर्शक म्हणून ठरू शकतात.

८) निरपेक्षपणे झोकून देऊन काम करणाऱ्या कार्यकर्त्यांचा संच निवडायचा असेल तर ज्यांच्या हस्ताक्षरात झोकून दिलेले स्वल्पविराम असतील, ऊर्ध्वगामी मात्रा- रफार असतील अशा व्यक्तींची निवड योग्य ठरू शकेल.

९) कधी कधी एखाद्या सार्वजनिक समस्येविषयी तोडगा काढण्याकरिता अत्यंत अल्पकाळात जनमत अजमावयाचे असते. अशा वेळी ज्यांच्या हस्ताक्षरावर रेघा नाहीत, अक्षर गतिमान आणि प्रमाणबद्ध आहे अशा व्यक्तींना बोलावले तर त्या व्यक्तींकडून कमी वेळेत तोडगा काढण्याच्या दृष्टीने विविध अचूक पर्याय मिळू शकतील.

१०) समाजाकडे डोळसपणे पाहणाऱ्या व्यक्ती समाजामध्ये असतात. परंतु सर्वच व्यक्ती आपली मते उघडपणे मांडणारी नसतात, लिखाणाच्या माध्यमातून आपली मते व्यक्त करू शकणारी नसतात. जर अशा माणसांचा शोध घेता आला, तर ज्या गोष्टींबाबत नीतिमत्ता ढासळत आहे; कुठे तरी समाजात पावले वाकडी पडत आहेत यासंदर्भातील जाणिवा त्यांच्याशी सुसंवाद साधून त्यांच्याकडून अजमावता येऊ शकतील. सहीखालील रेघेला सुरुवातीला किंवा शेवटी निसटता बाक असणे, गाठी विरहित रेघा, बारीक अक्षर, वेलांटीची टोके आत शिरलेली, अक्षरात समतोलपणा साधलेला ही लक्षणे समाजपरिवर्तनाच्या दृष्टीने विचारक्षम व्यक्तींच्या हस्ताक्षरात आढळू शकतात.

***

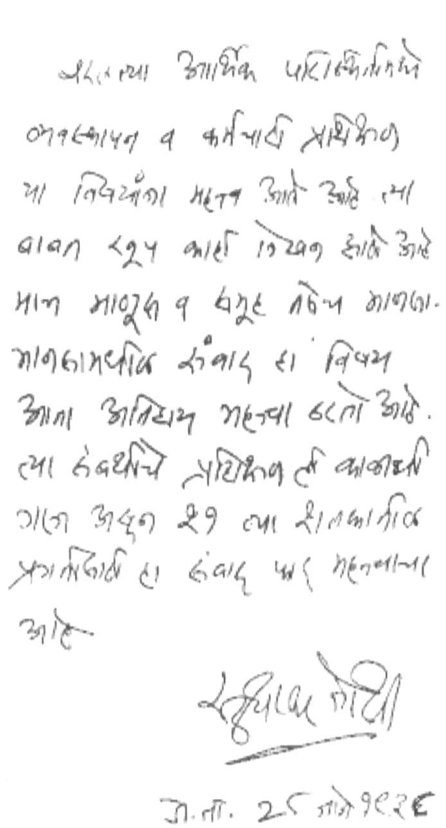

सध्याच्या आर्थिक परिस्थितीमध्ये
व्यवस्थापन व कर्मचारी प्रशिक्षण
या विषयांना महत्व आले आहे त्या
बाबत खूप काही लेखन झाले आहे
मात्र मालक व मजूर यांच्या मानवा-
मानवामधील संवाद हा विषय
आता अतिशय महत्वाचा ठरतो आहे.
त्या संबंधीचे प्रशिक्षण ही काळाची
गरज असून २१ व्या शतकातील
प्रगतीसाठी हा संवाद फार महत्वाचा
आहे.

ज.ता. २५ जाने १९३६

नमुना ६५- गतिमान अक्षर- निर्णय तत्परता दर्शक

३४. आदर्श 'हस्ताक्षर मनोविश्लेषण शास्त्र-तज्ज्ञ' म्हणून आवश्यक गुणधर्म

हस्ताक्षर मनोविश्लेषणशास्त्र हे माणूस जोडण्याचे शास्त्र आहे. माणसाचे सुख-दुःख समजावून घेण्याचे एक माध्यम आहे. माणसामधील चांगले गुण निदर्शनास आणून त्याचा आत्मविश्वास वाढवण्याचे माध्यम आहे. प्रसंगी, त्यांच्यातील उणिवा त्याला नाऊमेद करू न देता भावी आयुष्यासाठी योग्य ती दिशा ह्या शास्त्राच्या आधारे देता येऊ शकते. प्रसंगी मित्र तर प्रसंगी मानसोपचार तज्ज्ञ तर प्रसंगी हितचिंतक अथवा एक सामाजिक कार्यकर्ता अशा विविध भूमिका ह्या शास्त्राच्या आधारे वठवता आल्या पाहिजेत. 'व्यक्ती तेवढ्या प्रकृती' त्यामुळे प्रत्येकाची समज, आवडीनिवडी, बौद्धिक स्तर, आकलन शक्ती, शैक्षणिक पात्रता, वय आदी गोष्टींमध्ये भिन्नता आढळणारी असते. त्यामुळे प्रत्येकाची अचूक नाडी ओळखून त्याचे मनोविश्लेषण करण्याची क्षमता शास्त्रज्ञाला असणे आवश्यक आहे. हस्ताक्षर मनोविश्लेषण शास्त्राचा प्रसार व्हावा, ते समाजाभिमुख-राष्ट्राभिमुख व्हावे. संबंधित व्यक्ती जोडली जावी... तिला योग्य ती दिशा मिळावी... ह्या सर्वच दृष्टिकोनातून हस्ताक्षर मनोविश्लेषण शास्त्राला यशस्वी होण्यासाठी आवश्यक असलेल्या गुणधर्मांचा आपण आढावा घेऊ.

निरीक्षक वृत्ती

हस्ताक्षरावरून व्यक्तीचे आपण जे मनोविश्लेषण करणार तर तत्पूर्वी मुळातच सदर प्रकृती/भावना याचा नेमका अर्थ कळणे आवश्यक आहे. सहकार्य वृत्ती आणि त्यागी वृत्ती दोन्हींमधील फरक समजला पाहिजे. व्यवहार म्हणून किंवा शेजारधर्म अथवा मैत्रीपूर्ण संबंध म्हणून दुसऱ्याला एखादी वस्तू देणे म्हणजे त्यावरून त्या व्यक्तीचा स्वभाव लगेच 'त्यागी' होऊ शकत नाही. थोडक्यात, वेगवेगळ्या स्तरांवर वागणारी माणसं पाहण्याची सवय असली पाहिजे. श्रीमंत कारखानदाराचा आदर्श ठेवून प्रयत्नशील असणारा उत्पादक आणि 'चांगला माणूस' स्वतःला घडवायला निघालेला क्रियाशील आणि सदाचारी माणूस दोन्ही आदर्शवादाकडेच झुकणारी

उदाहरणे. परंतु इथे दोन भिन्न अलिखित स्तर निश्चितच आहेत. ते ज्याने त्याने ज्याच्या त्याच्या कुवतीनुसार ओळखले पाहिजेत. थोडक्यात, ऐहिकता आणि भौतिकता याचे अचूक वर्गीकरण जमले पाहिजे. आदर्शवाद आणि आचरण यांचा मेळ कुठे बसतो, कुठे बसत नाही हे पडताळून पाहता आले पाहिजे, परिस्थितीसापेक्ष, व्यक्तिसापेक्ष माणसाचे वागणे भिन्न स्वरूपाचे आढळते. समलिंगी व्यक्तींचे एकमेकांशी वागणे आणि त्याच व्यक्तींचे भिन्नलिंगी व्यक्तींशी वागणे यात नेमकी तफावत कशामुळे आढळते याच्या अचूक सीमारेषा अजमावता आल्या पाहिजेत.

प्रभावी समर्थनशैली

हस्ताक्षर मनोविश्लेषण करताना, संबंधित व्यक्तीच्या वैशिष्ट्यपूर्ण गुणांवर अधिक भर द्यावा. जेणेकरून त्या व्यक्तीची उमेद अधिक वाढेल, आत्मविश्वास वाढेल, एक सुप्त दिलासा मिळेल. काही व्यक्तींना त्यांचा एखादा गुण सांगितल्यावर त्यांना त्या गुणाविषयी फारसे विशेष वाटत नाही. अशावेळी सदर गुणाचा अभाव असल्यास नेमके काय दुष्परिणाम घडू शकतात, हे उदाहरणांसह पटवून देता आले पाहिजे. उदा. कधी कधी अनुभवास येते की एखाद्याला सांगितले की तुमचा मनावर जबरदस्त ताबा आहे यावर त्याची प्रतिक्रिया येते की 'त्यात काय एवढं विशेष?' सदर विधानावर, मनावर ताबा नसल्यास तामसीपणा अथवा प्रलोभन किंवा वैफल्य यामुळे माणूस कुठल्या थराला जाऊन पोहोचतो याची उदाहरणे सांगावीत. एखाद्या व्यक्तीच्या हस्ताक्षरावरून, त्याच्या मनात एखाद्या गोष्टीविषयी सुप्त भीती आहे असे जाणवल्यास त्याच्याशी सुसंवाद करून त्याला बोलते करता आले पाहिजे. नेमके असे का वाटते याचा शोध घेऊन त्यावर मित्रत्वाचा सल्ला देता आला पाहिजे. मनोविश्लेषण करताना भाषेवर प्रभुत्व पाहिजे. कुठलाही शब्द मनाला जरादेखील लागणार नाही याची दक्षता घेतली गेली पाहिजे; उदा. एखादी व्यक्ती हस्ताक्षरावरून 'चिंगूस' आढळली तर त्या व्यक्तीला 'तुम्ही कधीही अनावश्यक खर्च करीत नाही.' अशा प्रकारचे विधान तिथे असावे.

व्यासंगी मनोवृत्ती

हस्ताक्षराचा नमुना दाखवणारी मंडळी विविध क्षेत्रांतली असू शकतात आणि त्यामुळे एकूणच मनोविश्लेषण शास्त्रज्ञाला चौफेर किमान माहिती असणे आवश्यक आहे. विविध कला, शास्त्रे सर्व गोष्टींत प्रभुत्व मिळवणे शक्य नाही, परंतु प्रत्येक गोष्टीत किमान डोकावण्याची वृत्ती असावी. राजकारण म्हणजे काय? त्यातली डावपेची वृत्ती कशी असते? व्यंग्यचित्रामध्ये काय जादू असते? संगीत म्हटले की शब्द, स्वर आणि ताल यांचा मिलाप कसा होतो? रंगभूमीवर अथवा पडद्यावरील

अभिनेत्याचे विश्व कुठले असते? साहित्यिकाला मिळालेली प्रतिभेची देणगी वाचकाला कशी स्पर्शून जाते? कुठलाही व्यावसायिक केवळ जिभेवर आपली कशी भरभराट करतो? आध्यात्मिक विचारसरणी असलेल्या व्यक्तीच्या आचरणातून ऐहिकतेचे दर्शन कसे घडते? पाककलेत निपुण असलेल्या महिलेच्या हाताला नेमका कसा गुण असतो? शतकांचे विक्रम मोडणाऱ्या क्रिकेटवीराच्या नसानसांत मुळातच गतिमानता कशी भिनलेली असते? कलावंत आणि सौंदर्यदृष्टी यांचे समीकरण एकच कसे आढळते... आदी अमर्याद विषय आहेत. फक्त त्यासाठी शोधक आणि समरसतेने जाणून घेण्याची वृत्ती निश्चितच मनोविश्लेषण शैलीला उंची गाठून देणारी ठरू शकते.

एकाग्रता

एखादी व्यक्ती जेव्हा आपल्यासमोर हस्ताक्षर सही मनोविश्लेषणासाठी ठेवते तेव्हा, आपले मन निश्चितच त्या नमुन्यावर एकाग्र झाले पाहिजे. केवळ काहीतरी सांगायचे म्हणून २/३ गुण सांगितले तर त्यातून धड आपल्यालाही समाधान मिळणार नाही आणि ऐकणाऱ्यालाही जास्त काही नवीन पद्धतीने ऐकायला मिळाल्याचे समाधान मिळणार नाही. मनोविश्लेषण केल्यानंतर त्या संबंधित व्यक्तीच्या मनाचे काने-कोपरे आपल्याला बारकाईने सांगता येणे शक्य होईल. उदा. 'तुम्ही स्वभावाने अत्यंत परखड आहात परंतु त्याचबरोबर परखड मत व्यक्त करताना समोरची व्यक्ती दुखावली जाणार नाही याची खबरदारी वेळोवेळी घेता.' हा बारकावा अचूकपणे सांगितल्यावर ती व्यक्ती निश्चितच उत्स्फूर्तपणे टाळी दिल्याशिवाय राहणार नाही.

मनाचा मोठेपणा, मनाचा मोकळेपणा

हस्ताक्षर मनोविश्लेषण शास्त्रज्ञ या नावाने कुठेही वावरताना नि:संकोची भूमिका असावी. कुठल्याही प्रकारचे दडपण आणू देऊ नये. ज्या व्यक्तीच्या सान्निध्यात जाऊ ती व्यक्ती कुठल्या दर्जाची आहे, किती लहान-मोठी आहे याचा स्तर मनामध्ये आणू नये. सान्निध्यात येणाऱ्या प्रत्येक व्यक्तीविषयी आपल्याला जिव्हाळा वाटला पाहिजे. बालांपासून वृद्धांपर्यंत, सामान्यांपासून असामान्यांपर्यंत यथाशक्य सर्वांपर्यंत प्रत्येक व्यक्तीमधील चांगलेपण शोधण्यासाठी आपण स्वत:हून हस्ताक्षराचा नमुना घ्यायला गेले पाहिजे. शेवटी आपणही माणूस आहोत, एखाद्या ठिकाणी अनपेक्षित मनाविरुद्ध अनुभव येणेही नाकारता येणार नाही. असे जरी असले तरी स्वत:ला न पटलेली गोष्ट प्रकट न करता हस्ताक्षराच्या आधारे त्याचे सद्गुण दाखवण्याची आपली भूमिका आपण चोख बजावावी. ज्या व्यक्तींशी आपले

अजिबात पटत नाही, त्या व्यक्तीच्या हस्ताक्षरावरून त्याचे चांगले गुण आपल्याला मोठ्या मनाने सांगता आले पाहिजेत. थोडक्यात, झाडाचा आदर्श ठेवायचा सज्जन-दुर्जनाचा भेदाभेद न करता सर्वांना फळ देण्याचा धर्म पाळायचा.

***

३५. हस्ताक्षरातील रेघांचे मानसशास्त्र

ह्या पृथ्वीतलावर सर्वाधिक कृतिशील आणि संवेदनशील कोण असेल तर मनुष्यप्राणी. वाचा आणि बुद्धी ह्या महत्त्वपूर्ण गोष्टी माणसाकडे दिल्या आहेत आणि म्हणूनच पृथ्वीतलावर माणसाला श्रेष्ठ म्हटले आहे. वाईट काय, चांगले काय ते माणसालाच समजते. काय केल्यावर काय होईल याविषयीचा अंदाज माणूसच बांधू शकतो. संसार चिमण्याही करतात. परंतु माणूस फक्त संसारच करीत नाही. तो विचारांची देवाण-घेवाण करतो. आठवणी जपतो. स्वप्नं जपतो. महत्त्वाकांक्षा बाळगतो. स्वप्न साफल्यासाठी जिद्दीने आपला प्रवास चालू ठेवतो. त्यात कित्येकदा ठेचकाळतो, पडतो, पुन्हा उभा राहतो. स्वत:च्या सुख-दु:खांबरोबर दुसऱ्याचीही सुख-दु:खं जाणतो. दुसऱ्याच्याही सुख-दु:खात सहभागी होतो. अडचणीतून स्वत: जसा मार्ग काढतो तसा दुसऱ्यालाही अडचणीतून बाहेर काढण्यास मदत करतो. बुद्धी, स्मरणशक्ती यामुळे माणूस सर्वाधिक ज्ञानी आहे, संशोधन प्रवृत्तीचा आहे. प्रेम, मोह, राग, लोभ... आदि षड्रिपूंनी माणूस युक्त आहे. माणूस विचार कसा करावा हे समजू शकतो. स्वत:ची विचारांची बैठक बसवतो. ह्या सर्व गोष्टींचे मूळ जर कुठे असेल तर माणसाचे मन. जशी माती तसे पीक निघते. त्याप्रमाणे जसे मन तशी माणसाची विचाराची कुवत, संवेदनशीलता, सहनशीलता... याचा अर्थ माणसाच्या व्यक्तिमत्त्वाचे पैलू त्याच्या 'मनात' दडलेले असतात. मन हे अदृश्य आहे. ही व्यक्ती लीन आहे, शांत आहे, ह्या व्यक्तीत धीमेपणा आहे.. असे जेव्हा म्हटले जाते तेव्हा ह्या सर्व गोष्टी माणसाच्या मनाच्या प्रतिमाच असतात. ह्या प्रतिमा कशावरून जाणल्या जातात? तर त्याच्या हालचाली, बोलणे, प्रसंगानुरूप वागणे... आदींमधून. जेव्हा एखाद्या व्यक्तीबाबत असे म्हटले जाते की ही व्यक्ती तरल मनोवृत्तीची आहे. असे कुठल्या गोष्टीतून अनुभवास येऊ शकते?... फुले हळुवारपणे ओंजळीत घेणे... एखादे गोजिरवाणं बाळ घेताना फुलासारखंच उचलून घेणं... जिथं जिथं सौंदर्य आहे त्याचा आनंद

घेताना भान हरवून जाणे... एकरूप होणे... आवडत्या व्यक्तीचे मन फुलासारखे जपणे... आदी असंख्य उदाहरणे देता येतील. माणसाच्या हालचालींतून, कृतीतून भावना प्रकट होत असतात. भावना आणि कृती... हालचाली यांचा परस्परांशी संबंध असतो. एखाद्या व्यक्तीला जेव्हा लहान मुलांची आवड असते तेव्हा ती व्यक्ती कुठलेही लहान मूल दिसले की त्याला झटकन उचलून घेते. म्हणजे लहान मूल दिसताच त्याला उचलून घेणे ही प्रवृत्तीचे प्रकटीकरण करणारी कृती ठरते. संगीत मैफलीला आलेला रसिक जेव्हा समेवर टाळी देतो तेव्हा त्या कृतीतून त्याचा दर्दीपणा प्रकट होतो. माणसामाणसांतील व्यवहार अथवा दैनंदिन जीवनात हाताळल्या जाणाऱ्या वस्तू या प्रत्येकामागे माणसाच्या प्रवृत्ती दडलेल्या असतात. हाच प्रकार नेमका माणसाच्या हस्ताक्षराबाबत पाहावयास मिळतो. 'हस्ताक्षरातून माणसाचा स्वभाव कसा प्रकट होतो?' हे मी माझ्या 'हस्ताक्षर आणि स्वभाव' ह्या पुस्तकातून सविस्तरपणे लिहिलेले आहेच. वाचकांनी ह्या पुस्तकाला उत्स्फूर्तपणे दाद दिली आहे आणि म्हणूनच हस्ताक्षरातील रेघांकडे वळालो. 'हस्ताक्षर आणि स्वभाव' ह्या पुस्तकात मराठी हस्ताक्षर ग्राह्य धरले. परंतु ह्या संदर्भात माझी जेव्हा प्रात्यक्षिकासह व्याख्याने झाली तेव्हा अनेकांनी विविध भाषा/लिपीतील हस्ताक्षराविषयी शंका उपस्थित केल्या. त्या त्या वेळी व्याख्यानातच मी प्रात्यक्षिकासह त्यांच्या शंकांचे निरसनही केले. परंतु एक गोष्ट माझ्या लक्षात आली की हा विषय कुठलीही भाषा अथवा लिपी येणाऱ्या व्यक्तीपर्यंत पोहोचला पाहिजे. याच विचारातून मार्ग निघाला. कुठलीही लिपी जी तयार होते ती रेघेशिवाय होऊ शकत नाही. जशी मराठीत म्हण आहे की शितावरून भाताची परीक्षा. त्याप्रमाणे माणूस लिहिताना त्याच्या हस्ताक्षरातील रेघ कशी आहे? त्यावरून त्याचे सर्व मनोविश्लेषण करता येऊ शकते. या जगाच्या पाठीवर कुठल्याही राज्यांतील अथवा देशांतील कुठलीही लिपी असो; एकदा त्यातील रेघ समजली की मग काहीच अवघड नाही. त्यासाठी ती लिपी, भाषा, समजायलाच पाहिजे असे नाही. जसे डॉक्टराचे, माणूस कुठलाही असो-देशी असो नाहीतर विदेशी असो, चांगला असो अथवा वाईट; नाडी ही प्रत्येकाला असतेच. एकदा हाताला नाडी लागली, नाडी ओळखता आली की त्याची सर्व प्रकृती समजू शकते. तसेच हस्ताक्षर मनोविश्लेषण शास्त्रज्ञाला (ग्रॅफॉलॉजिस्टला) माणसाच्या हस्ताक्षरातील रेघेची नाडी ओळखता आली पाहिजे. ही नाडी कशी ओळखायची हे आपण आता पुढे क्रमाक्रमाने प्रत्यक्ष रेघांच्या नमुन्यांच्या आधारेच पाहू.

१) लहान रेघ

लहान रेघ ही व्यक्तीमधील दूरदृष्टी दाखवते. अशा व्यक्तीला माणसाची

पारख चांगली असते. ही व्यक्ती खर्चावर उत्तमप्रकारे नियंत्रण ठेवणारी असते. संबंध जोडताना निवड असते. निर्णय घेण्यास विलंब जरी लागला तरी कल अचूकतेकडे असतो. संयमी मनोवृत्ती असते. भडकपणा अथवा भपकेबाजपणा आवडत नाही. अशा व्यक्ती शिस्तीच्या असतात. वस्तू खरेदी करताना पारखून घेतात. बारीक डिझाइनच्या वस्तूकडे कल असतो. जागरूकता, सावधगिरी हे विशेष गुण असतात. सहजासहजी कुणावर झटकन विश्वास टाकत नाहीत. या व्यक्तींना स्वत:च्या मर्यादांचा अंदाज असतो. मितभाषी असतात. गुप्तता पाळण्याकडे कल असतो. अशा व्यक्ती स्वत:ची प्रकृती सांभाळून असतात.

२) मोठी रेघ

या व्यक्तीमध्ये तडजोडीची वृत्ती असते. मनमोकळेपणा असतो. दुसऱ्याला समजावून घेण्याची वृत्ती असते. अशा व्यक्तींच्या अंगात काटकपणा असतो. कुठल्याही बाबतीत झोकून देऊन काम करण्याकडे कल असतो. समूहप्रियता असते. माणूस जोडण्याकडे कल असतो. निर्णयतत्परता असते. काहीसा उतावळेपणा असतो. आवडी-निवडी, रंगसंगती याबाबत आग्रही भूमिका नसते. महत्त्वाकांक्षा उच्च असते. तीव्र इच्छाशक्ती आणि कार्यतत्परता हे विशेष गुण असतात.

३) खालून वर जाणारी रेघ

खालून वर जाणारी रेघ माणसातील आशावाद प्रकट करते. माणसाच्या दैनंदिन जीवनात- चढ-उतार असतो. चार दिवस कडू तर चार दिवस गोड. जेव्हा मनाविरुद्ध एखादी घटना घडते तेव्हा अशी व्यक्ती खचून जात नाही. अजून चांगले काहीतरी घडेल हा जागरूक आशावाद असतो. संयमी मनोवृत्ती असते. कुठलीही कृती केल्यावर त्याचे फळ तत्काळ मिळावे अशी मनोवृत्ती नसते. अपयश आल्यास पुन्हा सातत्याने प्रयत्न करण्याची चिकाटी असते. हाती घेतलेले काम पूर्णत्वाकडे नेण्याची मनोवृत्ती असते, परंतु कुठेही आततायीपणा नसतो. प्रतिकूल परिस्थिती निर्माण झाल्यावर गोंधळून न जाता धीमेपणाने विचार करून मार्ग काढण्याकडे कल असतो.

४) वरून खाली येणारी रेघ

वरून खाली येणारी रेघ असल्यास, सदर रेघ माणसातील निराशावाद दर्शवतात. अशी माणसं स्वत:च्या अडचणी, दु:खं दुसऱ्याला सांगण्याविषयी उदासीन असतात. ही माणसं कमकुवत मनाची असतात. आत्मविश्वासाचा अभाव असतो. ह्या व्यक्तींना जर समजावून घेणारी माणसं भेटली तर अशा व्यक्ती आतल्या आत कुढतात. कुणी एखादं बोललं तर ती गोष्ट दीर्घकाळ मनाला लावून घेतात.

मनाविरुद्ध एखादी घटना घडल्यास तत्काळ खचून जातात. त्यांच्यामध्ये प्रतिकूलतेवर मात करण्याची क्षमता नसते.

५) दुबळी रेघ

दुबळी रेघ हे दुबळ्या मनाचेच प्रतीक असते. अशी माणसं जीवनात अपयशी ठरतात. ही माणसं प्रतिकूल मत प्रभावीपणे व्यक्त करू शकत नाहीत, त्यांचा आतल्या आत कोंडमारा होतो. अशा व्यक्तींमध्ये एक प्रकारचा न्यूनगंडही असतो. ह्या व्यक्ती स्वत:मधील कर्तृत्वाच्या मर्यादांना नशिबाला जबाबदार धरतात. ही माणसं चार जणांमध्ये वावरताना मोकळेपणानं वावरू शकत नाहीत. तसेच कधी सुखाचे क्षण चालून येतात, तेव्हा त्याचा आनंदही मुक्तपणे घेऊ शकत नाहीत. विचारांमध्ये पक्केपणा नसतो. निर्णयात ठामपणा नसतो.

६) ठळक रेघ

ठळक रेघ ही निर्णयातील ठामपणा दर्शवणारी असते. अशी माणसं धोरणी असतात. त्यांचा कदापि मनावरचा तोल जात नाही. प्रतिकूलतेवर अशी माणसं धीमेपणानं मात करू शकतात. बोलण्यात स्पष्टवक्तेपणा असतो, सच्चेपणा असतो. दिलेला शब्द पाळण्याकडे कल असतो. प्रकृती कारक असते. मनाविरुद्ध कधी घडल्यास कुठल्याही बाबतीत वाजवीपेक्षा अधिक हव्यास नसतो.

७) गडद रेघ

रेघेतील गडदपणा हा माणसातील स्वप्नरंजन प्रवृत्ती दर्शवतो. अशा माणसांना प्रसंगी वास्तवतेचे भानही राहत नाही. आठवणी जपण्याकडे अशा व्यक्तींचा कल अधिक असतो. जुनी माणसं भेटल्यावर अशा व्यक्ती खूप आत्मीयतेने बोलतात. जुन्या आठवणी, एखादे दु:ख अशी माणसं खूप गहिवरून सांगतात. कुठल्याही बाबतीत अशा माणसांचे सातत्य राहतेच असे नाही. भावनेच्या आहारी जाण्याची अशा व्यक्तींची दाट शक्यता असते. अशी माणसं मनाशी अनेक गोष्टी ठरवत असतात, परंतु फार थोड्या गोष्टी पूर्ण करू शकतात.

८) अल्प रेघ

अशा व्यक्तींचे मन त्यांच्या रेघेएवढेच असते. अत्यंत संकुचित वृत्ती असते. वागण्यात तुटकपणा असतो. संबंधित व्यक्तीशी संवाद साधताना आधी दुसऱ्याकडून कुठल्याही बाबतीतले मत काढून घेण्याची वृत्ती असते. संशयी मनोवृत्ती असते. दुसऱ्याला मदत करताना आपल्याला त्या मोबदल्यात काय मिळणार याचे सतत स्वत:शी गणित मांडत असतात. सहजासहजी दुसऱ्याला मदत करण्याची वृत्ती नसते. चेहऱ्यावर असमाधानी वृत्ती दिसते. मतलबी मनोवृत्ती असते.

९) गतिमान रेघ

गतिमान रेघ ही गतिमान कृतिदर्शक असते. एकदा कुठलीही गोष्ट ठरली की त्याची पूर्तता तत्काळ करण्याकडे वृत्ती असते. अशा व्यक्ती अत्यंत उत्साही असतात. अडचणी आल्या तरी मार्ग काढीत राहतात. कुणावरही त्यांना विसंबून राहायला आवडत नाही. हाती घेतलेले काम तडीस नेल्याशिवाय त्यांना चैन पडत नाही. कुठल्याही बाबतीत कार्यपूर्तता यालाच ते महत्त्व देत असतात. प्रत्येक कृतीत गाढा आत्मविश्वास असतो. आवडीनिवडी ह्या सर्वसामान्य असतात. कुठल्याही गोष्टीचा कीस काढण्याची वृत्ती नसते. फारशी चिकित्सा न करता निर्णय घेऊन मार्गाला लागणे हा त्यांचा पिंड असतो. प्रवृत्तीच्या बाबतीत विचार करायचा झाल्यास अशा व्यक्ती अचानक चिडतात. अशा व्यक्तींमध्ये उच्च रक्तदाबाचे प्रमाण आढळते. तिखट, चमचमीत पदार्थ खाण्याकडे कल असतो. अशा व्यक्ती दहा लोकांमध्ये उठून दिसतात. प्रभावी व्यक्तिमत्त्व असते. 'आव्हाने' स्वीकारायला आवडतात. प्रभावी बोलणे. योध्द्यांच्या हस्ताक्षरात अशा रेघा आढळतात.

१०) गतिहीन रेघ

गतिहीन रेघा निर्णयातील विलंब दर्शवतात. कुठल्याही गोष्टीबाबत वाजवीपेक्षा जास्त विचार करतात. अशा व्यक्तींना चाकोरीच्या बाहेर जायला फारसे आवडत नाही. विरोधी मत अप्रत्यक्षरीत्या व्यक्त करण्याकडे कल असतो. किंबहुना मतप्रदर्शन टाळतातसुद्धा. आत्मविश्वास कमी असतो. किंबहुना कुठल्याही बाबतीत अलिप्तपणाची भूमिका स्वीकारतात. ह्या व्यक्ती आळशी असतात. स्वत:च्या प्रकृतीची वेळोवेळी काळजी घेतात. सामाजिक, राजकीय चळवळीत उघडपणे सहभागी होत नाहीत. बोलण्यात संथपणा असतो. सौम्य पदार्थ खाण्याकडे कल असतो. ह्या व्यक्तींना कुठल्याही प्रकारचा भपकेबाजपणा अथवा भडकपणा आवडत नाही. 'एकांत' अधिक पसंत करतात. कमी रक्तदाबाचे प्रमाण अशा व्यक्तींमध्ये आढळते.

११) तुटक रेघ

तुटक रेघा ह्या निरीक्षक प्रवृत्तिदर्शक असतात. कल्पनाशक्तीचा विलास त्यांच्या व्यक्तिमत्त्वामध्ये पाहावयास मिळतो. विशेषत: संगीत, चित्रकला, ह्या क्षेत्रातल्या कलावंतांच्या हस्ताक्षरात अशा रेघा पाहावयास मिळतात. अशा व्यक्ती स्वप्नाळू असतात. तरल मनाच्या या व्यक्ती असतात. धसमुसळेपणा, धांदल अशा गोष्टींपासून दूर असतात. त्यांना स्वास्थ्यप्रियता, शांतताप्रियता असते. निर्णयामध्ये धीमेपणा असतो. उच्च अभिरुची असते. लहान मुलांशी अशा व्यक्ती अत्यंत हळुवारपणे वागतात. दुसऱ्याला समजावून घेण्याची भूमिका त्यांच्यामध्ये असते. बोलण्यामध्ये

अदब असते. मवाळपणा असतो. सोशिक प्रवृत्ती असते.

१२) फराटेयुक्त रेघ

फराटेयुक्त रेघ ही बेफिकीर प्रवृत्तिदर्शक असते. वाजवीपेक्षा जास्त परखडपणा यांच्या स्वभावात असतो. अशा व्यक्तींचे मतप्रदर्शन, बोलणे वादग्रस्त ठरणारे असते. आपण बोलल्याचा परिणाम नेमका काय होईल याचा त्यांना अंदाज नसतो. दिशाहीन आक्रमकता असते. अशा व्यक्तींच्या स्वभावामुळे माणसे वारंवार दुखावली जातात. कुठल्याही कृतीची तत्काळ फलश्रुती मिळावी ही त्यांची अपेक्षा असते. एकाग्रतेचा अभाव असतो. अशा व्यक्तींना अपघाताची शक्यता असते. अशा व्यक्ती फसल्याही जाऊ शकतात. स्वाभिमान फार झटकन दुखावला जातो. हट्टी प्रवृत्ती असते. तामसी स्वभाव असतो. काहीसा भडकपणाकडे कल असतो. कुठल्याही गोष्टी त्यांना झटपट हव्या असतात. उतावळेपणा असतो. प्रेमात अपयशी ठरतात. एकत्र कुटुंबात अशा व्यक्तींचे पटणे अवघड असते.

१३) नागमोडी रेघ

नागमोडी रेघ ज्या व्यक्तीच्या हस्ताक्षरामध्ये आढळतात अशा व्यक्तींचा स्वभाव हरहुन्नरी असतो. चाकोरीबाहेर जाण्याकडे त्यांची प्रवृत्ती असते. व्यासंगी मनोवृत्ती असते. शब्द आणि लय याची जाण असते. एखादे फळ चाखून त्याचा आनंद घ्यावा त्याप्रमाणे अशा व्यक्तींचा आयुष्याकडे पाहण्याचा आनंद असतो. ह्या व्यक्ती उत्साही असतात. कलाप्रेमी असतात. एखादी गोष्ट आवडल्यावर त्यासाठी पैसा खर्च करताना मागेपुढे पाहत नाहीत. आशावादी असतात. भूतकालामध्ये, एकांतात रममाण होणाऱ्या ह्या व्यक्ती असतात. अशा व्यक्ती सरसकट सगळ्यांमध्ये मिसळत नाहीत अथवा सगळ्यांशीच मोकळेपणाने बोलतील असे नाही.

१४) झुकणाऱ्या रेघा

डावीकडे अथवा उजवीकडे झुकणाऱ्या अथवा कलत्या रेघा, हा सदर व्यक्तीमधील स्वभावातील नादिष्टपणा दर्शवतात. ह्या व्यक्तींमधील खास स्वभाववैशिष्ट्ये सांगायची झाल्यास ह्या व्यक्तीमध्ये 'एकाग्रता, नि चिकाटी आणि संयम' हे विशेष गुण असतात. विशेषत: नृत्याची आवड असलेल्या व्यक्तींच्या हस्ताक्षरामध्ये अशा रेघा आढळतात. 'आळस' हा सहसा त्यांना माहीत नसतो. आकर्षकतेकडे कल असतो. लक्षवेधी मनोवृत्ती असते. काहीशी आत्मकेंद्रित प्रवृत्ती असते.

१५) प्रमाणबद्ध रेघा

'कुठल्याही बाबतीत पूर्वनियोजन' हे प्रमाणबद्ध रेघा दर्शवत असतात. कुठल्याही संदर्भात अशा व्यक्ती स्वत:चे मत अत्यंत चांगल्या पद्धतीने मांडू

शकतात. 'समर्थनशैली' त्यांच्याजवळ असते. दुसऱ्याचे भले व्हावे याविषयी तळमळ असते. दुसऱ्याला विश्वासात घेऊन त्याला महत्त्वपूर्ण सल्ला देण्याकडे कल असतो. दुसऱ्याला समजावून घेण्याकडे कल असतो. कुठलाही निर्णय घेताना सर्व बाजूंचा विचार करून निर्णय घेण्याचा प्रयत्न असतो. जेव्हा अपयश येते तेव्हा खचून न जाता त्यातून मार्ग काढून पुढे कसे जाता येईल याचा विचार या व्यक्ती करीत असतात. कुठल्याही प्रसंगी अशा व्यक्तींचा मनावरील ताबा सुटत नाही. शिस्तप्रिय असतात.

१६) स्वैर रेघा (Haphazard)

हस्ताक्षरात स्वैर रेघा असलेल्या व्यक्ती ह्या अत्यंत स्वातंत्र्यप्रिय मनोवृत्तीच्या असतात. त्यांना सहसा कुणाच्या बंधनात राहायला आवडत नाही. कुठलीही गोष्ट स्वतःला पटली, केली अशी त्यांची भूमिका असते. कोण काय म्हणेल, कुणाला काय वाटेल या गोष्टीला ते फारसे महत्त्व देत नसतात. एखाद्या व्यक्तीशी त्यांचे जर जमले तर अगदी जिवाला जीव देण्याकडे त्यांची प्रवृत्ती असते. निरपेक्षपणे झोकून देऊन प्रेम करण्याची त्यांची वृत्ती असते. या व्यक्ती जिद्दी असतात. यश-अपयशाचे जे काय परिणाम घडतील त्यास स्वतःच्या जिम्मेदारीवर सामोरे जाण्याची त्यांची तयारी असते. विचारात परिपक्वता नसते. पूर्ण विचाराचा अभाव असतो.

१७) दाट रेघा

अत्यंत जवळजवळ म्हणजे दाट झाड, झाडी असावी अशा दाट रेघा ह्या समूहप्रियदर्शक असतात. अशा व्यक्तींना कौटुंबिक जिव्हाळा अधिक असतो. Home sick मनोवृत्तीच्या असतात. हळव्या असतात. एकांतात रमू शकत नाहीत. सर्वांमध्ये मिळून-मिसळून वागण्याचा स्वभाव असतो. तडजोड करण्याकडे कल असतो. वादग्रस्त प्रश्नात प्रसंगी स्वतः माघार घेण्याचे औदार्य दाखवतात. दुसऱ्याला समजावून घेण्याची वृत्ती असते. स्वतःचे दुःख, अडचणीही मनमोकळेपणाने दुसऱ्याला सांगण्याचा स्वभाव असतो. एकमेकांना सहकार्य करण्याचा त्यांचा पिंड असतो. सार्वजनिक, सांस्कृतिक कार्यक्रमात पुढाकार घेत असतात. प्रेमळ आणि लाघवी वृत्ती असते. बोलण्यातून चुकून कुणी दुखावले जात नाही ना याची ते काळजी घेत असतात.

१८) समांतर रेघा

ज्या व्यक्तींच्या हस्ताक्षरामध्ये समांतर रेघा आढळतात अशा व्यक्ती कुठलाही निर्णय घेताना अगोदरच पर्यायी विचार करून ठेवतात. प्रत्येक बाबतीत दुसऱ्या बाजूचाही विचार करण्याकडे कल असतो. अशा व्यक्तींमध्ये माणसं जोडण्याचे कौशल्य असते कारण कुणाशी कसे वागल्यावर त्याचा नेमका प्रतिसाद कसा मिळेल

याची त्यांना चांगली जाण असते आणि जर अंदाज चुकला तर लगेच स्वभावात बदल करण्याची लवचिक वृत्तीही असते. या व्यक्तींमध्ये तीव्र सहनशीलता असते व प्रतिकूल घटनांचा परिणाम करून न घेण्याकडे कल असल्याने अशा व्यक्ती पुढे जात राहतात. त्यांचा प्रगतीचा मार्ग कुठेही खुंटून राहत नाही.

१९) पुसट रेघा

हस्ताक्षरातील पुसट रेघा ह्या माणसातील उदासीन प्रवृत्ती दर्शवतात. निरुत्साह दर्शवतात. कुठल्याही गोष्टीबाबत आनंद झाल्यावर ह्या व्यक्ती मोकळेपणाने व्यक्त करू शकत नाहीत. महत्त्वाकांक्षा असते परंतु प्रयत्नाचा पूर्ण अभाव असतो. निर्णयास विलंब लागतो. हस्ताक्षरातील पुसट रेघा ह्या प्रवृत्तीमधील रोगप्रतिबंधक शक्तीचा अभावही दर्शवतात. माणसातील अकाली प्रौढ विचार अथवा वृद्धावस्थाही दर्शवतात. अशा व्यक्ती हाती आलेल्या संधीचा लाभ उठवण्यात अपयशी ठरतात. ह्या व्यक्तींनी एकदा घेतलेला निर्णय शेवटपर्यंत तोच राहील याची शाश्वती नसते. अशा व्यक्तींची राहणी अत्यंत गबाळी असते. कुठल्याच गोष्टीत नियमितपणा नसतो. चालण्या-बोलण्यात दुबळेपणा असतो.

२०) छेद देणाऱ्या रेघा

हस्ताक्षरामधील रेघांना छेद आढळत असेल तर अशा व्यक्ती अत्यंत करारी असतात. निर्णय कठोर असतात. अशा व्यक्तींचा स्वाभिमान फार झटकन दुखावला जातो. अशा व्यक्तींना कुठल्याही बाबतीत विरोध केलेला सहन होत नाही. 'एक घाव दोन तुकडे' असे त्यांचे धोरण असते. कुठलेही प्रकरण तत्काळ निकालात काढण्याची वृत्ती असते. अशा व्यक्तींना अन्यायाविरुद्ध चीड असते. प्रतिकूल मत व्यक्त करताना अत्यंत तीव्र पद्धतीने व्यक्त करतात. हजरजबाबीपणा, जागरूकता आणि बोलण्यामध्ये धार ही त्यांची खास स्वभाव-वैशिष्ट्ये असतात.

२१) गोलाई असलेल्या रेघा

गोलाई असलेल्या रेघांतून सौंदर्यप्रियता प्रकट होते. अशा व्यक्तींना कलात्मक दृष्टी असते. रंगसंगतीची जाण असते. कुठल्या गोष्टींना प्राधान्य घ्यायचे हे त्यांनी ठरवलेले असते. जाणकार, रसिक असतात. कलाप्रियता असते. आशावादी, उत्साही मनोवृत्ती असते. अभिरुची उच्च असते. संगीत, तरल काव्य, सुंदर पेंटिंग्ज, फोटोग्राफी, घरसजावट, बागकाम आदी गोष्टींची आवड असते. मनाने ह्या व्यक्ती हळव्या असतात. जुन्या आठवणीने अस्वस्थ होण्याची प्रवृत्ती असते. प्रसंगी, व्यासंगाच्या आहारी जाऊन वास्तवाचे भान विसरतात. सुबकतेचे भोक्ते आणि आकर्षकतेकडे कल असतो. बोलण्यात मार्दव असते. सामाजिक, राजकीय चळवळींपासून

दूर राहण्याकडे कल असतो. चेहऱ्यासारखी भासमान गोलाई असल्यास अभिनयाची जाण असते. मिश्किल मनोवृत्ती असते. आपल्या दिलदार मनोवृत्तीने ह्या व्यक्ती असंख्य माणसं जोडणाऱ्या असतात. स्तुतिप्रियता असते. माणसं जोडताना 'दर्जा' हाही निकष नकळतपणे ह्या व्यक्ती लावतात. चेहऱ्यावर प्रसन्नता असते. प्रेम खुलवण्याचे कौशल्य असते.

२२) बहिर्वक्र रेघ

ज्या व्यक्तींच्या हस्ताक्षरात बहिर्वक्र रेघा आढळतात अशा व्यक्तींना शब्द आणि लयाची अचूक जाण असते. नाट्यक्षेत्रातील कलावंतांमध्ये अशा रेघा ह्या प्रभावी आणि संवाद फेकीने रसिकांची मने जिंकतात. प्रेमातील सुसंवाद अतिशय मोहक पद्धतीने रंगवतात. वाणीतून उत्कटता, उदात्तता, रसाळ भाव व्यक्त होणारे असतात. गायकाच्या बाबतीत रसिकाला आपल्या सप्तस्वरांनी मंत्रमुग्ध करण्याची किमया असते. एकाग्रता, तन्मयता, चिकाटी ही खास स्वभाव- वैशिष्ट्ये त्यांच्यात आढळतात. सांस्कृतिक कार्यक्रमातील निवेदक, नाटकातील सूत्रधार, व्यासपीठावरील सूत्रसंचालक, व्यासपीठ गाजवणारा कवी आदींच्या हस्ताक्षरात अशा रेघा आढळतात.

२३) पुढे जाऊन मागे येणारी रेघ

ज्या व्यक्तींच्या हस्ताक्षरात विशेषत: सहीमध्ये पुढे जाणारी रेघ अंतिम टप्प्यात मागे फिरत असेल अशा व्यक्तींच्या निर्णयात शेवटपर्यंत ठामपणा राहत नाही. शेवटच्या टप्प्यात ह्या व्यक्ती आपला निर्णय बदलतात. साथ देण्याच्या प्रकरणी ह्या व्यक्ती ऐनवेळी आपले मत बदलूही शकतात. राजकारणातील व्यक्तीमध्ये अशी रेघ आढळत असल्यास या व्यक्तींमध्ये बंडखोरी प्रवृत्ती आढळते. विवाहासंदर्भात पालकांनी आपल्या मुलाच्या मुलीच्या निर्णयाविषयी शेवटपर्यंत खात्री करून घेणे आवश्यक आहे. संपात उतरलेल्या कामगारांमध्ये, अशी रेघ असलेले कामगार संघटनेचा आदेश झुगारून कामावर जाण्याची शक्यता असते. परिस्थिती हाताबाहेर जात असताना, जेव्हा अचानक संप मागे घ्यायची भूमिका कामगार संघटना ठरवते तेव्हा व्यवस्थापनाशी चर्चा करण्यासाठी अशी रेघ असणाऱ्या कामगार प्रतिनिधीस पुढे करावे.

२४) अवाजवी गोलाई असलेल्या रेघा

अशा व्यक्तींना स्वतःमधील मर्यादांचा निश्चित अंदाज नसतो. काहीसा फाजील आत्मविश्वासच असतो. प्रसंगी पातळी सोडून विचार करण्याची वृत्ती असते. परिस्थितीचे गांभीर्य ह्या व्यक्ती ओळखू शकत नाहीत. दिखाऊपणा, भपकेबाजपणा, ह्याकडे त्यांचा कल असतो. माणसं नीट ओळखू शकत नाहीत. सातत्य आणि

प्रामाणिकपणाचा अभाव संभवतो. मात्र अशा माणसांची वृत्ती आनंदी असते. कुणी काही बोललं तर फारसं मनाला लावून घेत नाहीत. अभिरुची दर्जाहीन असते. मनोरंजनासाठी दृश्यमाध्यम अधिक प्रिय असते. कुठल्याही व्यक्तीच्या पाठीमागे टीका करताना बोलण्याला मात्र ह्या व्यक्तींना लगाम राहत नाही.

२५) गाठीयुक्त लहान रेघ

या व्यक्तींचा स्वभाव मिश्किल असतो. परंतु ह्या व्यक्ती आनंद व्यक्त करताना दबत दबत व्यक्त करतात. ह्या व्यक्तीवर घरातील आणि मित्रमंडळी व्यक्तींचा पगडा असतो. काहीसा न्यूनगंड असतो. समोरील प्रत्येक व्यक्ती आपल्यापेक्षा श्रेष्ठच आहे आणि आपण खूप कमी आहोत ह्या भावनेने दुसऱ्याशी त्यांचा भीतियुक्त आदराचा व्यवहार असतो. भिन्नलिंगी व्यक्तीपासून दूर राहण्याचा प्रयत्न करतात. अचानक भिन्नलिंगी व्यक्ती सहवासात आली तर अशा व्यक्ती गडबडून गोंधळून जातात. तत्काळ संकोच निर्माण होतो. लाजतात, बुजतात. बोलताना, हसताना मनावर दडपणा येते.

२६) झोकून दिलेली रेघ

ज्या व्यक्तीच्या हस्ताक्षरात झोकून दिलेल्या रेघा आढळतात अशा व्यक्ती आवडत्या व्यक्तीवर झोकून देऊन प्रेम करतात. तनमनधन अर्पून प्रेम करतात. प्रेमात उदात्तता असते, त्यागाची भावना असते. निरपेक्षता असते. प्रेमविवाहात किताही अडचणी आल्या तरी त्याची पर्वा न करता समर्थपणे झगडून यश मिळवतात. अशा व्यक्ती जिद्दी असतात. एकनिष्ठ असतात. चिकाटी आणि सातत्य असते. भावनेच्या आहारी जाण्याचीही दाट शक्यता असते.

२७) रेघेच्या शेवटी ठळकपणा

ज्या व्यक्तींच्या हस्ताक्षरात रेघेच्या शेवटी ठळकपणा आढळतो अशा व्यक्ती दुसऱ्याला विश्वासात घेण्याकरिता जे जे मार्ग उपलब्ध होतील त्याचा प्रयत्न करीत असतात. अशा व्यक्तीचे बोलणे दुसऱ्यावर मोहिनी घालणारे असते. बोलण्यात अत्यंत संयमी राहतात. अशा व्यक्तींच्या मनात नेमके काय आहे याचा थांगपत्ता लागू शकत नाही. मनातील हेतू ह्या व्यक्ती लपवण्याचा प्रयत्न करीत असतात.

२८) अलंकृत रेघ

अशा व्यक्तींना कुठल्याही बाबतीत वेळेचे भान राहू शकत नाही. या व्यक्तींमध्ये हटवादीपणा असतो, चेंगटपणा असतो. वैवाहिक जीवनात, झटकन कुठे बाहेर जायचे असेल तर अशा व्यक्तीचे कधी झटकन आवरून होत नाही. अशा व्यक्ती स्वत:च्या मनासारखे करून घेत असतात. या व्यक्तींना आरशात सारखे

पाहायला आवडते. आपल्याकडे कुणी पाहत आहे काय? आपला चेहरा नीट आहे ना? अमुक एका व्यक्तीने आपल्याकडे पाहिले तेव्हा आपला चेहरा काही तरी नव्हता ना? वगैरे स्वत:विषयी वाजवीपेक्षा जास्त विचार करीत असतात. अशा व्यक्तींना कलात्मक दृष्टिकोन निश्चित असतो, परंतु त्याहीपेक्षा आपण स्वत: जास्त कसे आकर्षक दिसू याचा सातत्याने प्रयत्न असतो. निर्णयास विलंब लागतो. झगझगीतपणाकडे या व्यक्ती झटकन आकर्षित होणाऱ्या असतात. अशा व्यक्तींना उडत्या चालीची गाणी जास्त आवडतात.

२९) खाडाखोड झालेली रेघ

खाडाखोड झालेली रेघ ही माणसातील चंचल स्वभावाचे प्रतीक असते. अशा व्यक्तींची नजर भिरभिरी असते. अस्थिर असते. अशा व्यक्तींमध्ये प्रामाणिकपणा, विश्वासार्हता याचा अभाव आढळतो अशा व्यक्ती कुठलीही मैत्री सातत्याने टिकवू शकत नाहीत. या व्यक्ती प्रलोभनाच्या आहारी जाण्याची दाट शक्यता असते. अशा व्यक्तींची प्रवृत्ती मतलबी, स्वार्थी असते. स्वार्थासाठी दुसऱ्याला जर त्याची काही तोशीस पडली तर त्याची त्यांना काहीच फिकीर नसते.

३०) शेवटी वळणारी रेघ

अशी रेघ शेवटी खालच्या बाजूला किंवा वरच्या बाजूला किंचितशी वळालेली असते. अशी रेघ असलेल्या व्यक्ती कुठल्याही गोष्टीचा विचार करताना शेवटी त्याला कलात्मक कलाटणी देतात. अशा व्यक्तीमध्ये तीव्र आकलनशक्ती असते. कुठल्याही गोष्टीचे निरीक्षण करण्याचे प्रचंड आकर्षण असते. वास्तवतेतून कलेचा शोध घेण्याकडे कल असतो. काळानुसार परिस्थिती कशी बदलत जाते, याकडे त्यांचे जागरूकतेने लक्ष असते. सामाजिक आशयाचे वास्तववादी चित्रपट दिग्दर्शक, निर्माते, लेखक, कवी यांच्या हस्ताक्षरात ह्या रेघा आढळतात. चिंतनशीलता, प्रतिमा, विवेक ह्या त्यांच्या जमेच्या खास बाजू असतात.

३१) हस्ताक्षरातील गाठीविरहित रेघा

ज्या व्यक्तींच्या हस्ताक्षरात गाठीविरहित रेघा असतात अशा व्यक्तींचा समाजात वैचारिक प्रभाव पडत असतो. या व्यक्तींमध्ये समयसूचकता असते. सद्सद्विवेक बुद्धी जागरूक असते. आत्मपरीक्षण, चिंतनशीलता, अलिप्तपणातूनही कुठल्याही गोष्टीचा विचार करणे, दूरदृष्टी, सन्मार्ग, सदाचार, प्रामाणिकपणा, प्रगल्भ बुद्धिमत्ता, माणसाची पारख, मनावरील संयम हे अशा व्यक्तींचे गुणधर्म असतात.

३२) पसरट होणारी रेघ

ज्या व्यक्तींच्या हस्ताक्षरात पसरट रेघा असतात अशा व्यक्तीमध्ये सुबकतेचा अभाव असतो. अशा व्यक्तींचे कपडे मापात शिवलेले नसतात. खालची गुंडी वर, वरची गुंडी खाली असेही प्रसंगी आढळते. ह्या व्यक्तींनी नवीन कपडे घातल्यावर, आपण नवे कपडे घातले आहेत याचे भान राहत नाही, कुठेही फतकल मारून बसतात. बोलताना हातवारे विचित्र होतात. त्यांचे हसणेही इतके विचित्र असते की संपूर्ण वातावरणालाच तडा जातो की काय अशी परिस्थिती निर्माण होते. शरीराच्या हालचाली बेढब असतात. बोलण्यात अघळपघळपणा असतो. नेमक्या मुद्द्यावर यायला बराच वेळ लागतो. दुसऱ्याचेही आपण काही ऐकून घ्यावे अशी त्यांची मन:स्थिती कधीच नसते. विचारात, वागण्यात उथळपणा असतो. सौंदर्यदृष्टीचा अभाव असतो. रंगसंगतीची जाण अजिबात नसते.

३३) साखळी पद्धतीची रेघ

साखळी पद्धतीच्या रेघा ज्यांच्या हस्ताक्षरात असतात. अशा व्यक्तींमध्ये संघटनकौशल्य हा विशेष स्वभावगुण असतो. या व्यक्तींना माणसांची अचूक पारख असते. सहकार्य वृत्ती असते. संबंधात येणाऱ्या व्यक्तीचा उपयोग समाजासाठी कसा करता येईल याची अचूक दृष्टी असते. संबंधात येणाऱ्या प्रत्येक व्यक्तीमधील गुणांची जाण असते. स्वभावाच्या मर्यादा अशा व्यक्तीच्या झटकन लक्षात येतात. निर्णयतत्परता आणि कार्यतत्परता यामधून अशा व्यक्तीचा प्रभाव सर्वत्र असतो. कुठल्याही बाबतीत स्वत:चे ठाम मत ह्या व्यक्ती सहजपणे मांडू शकतात. कुठेही काम करण्याची पद्धत पूर्वनियोजनबद्ध असते.

३४) रेघेवर गुंफलेली रेघ

रेघेभोवती एखाद्या वेलीसारखी रेघ जर गुंफली गेलेली असेल तर अशा व्यक्तीमध्ये एकाग्रवृत्ती असते. एकांतप्रियता असते. चिकाटी आणि सातत्याने आपली महत्त्वाकांक्षा ह्या व्यक्ती सफल करत असतात. स्वरांची उत्तम जाण असते. विशेषत: बासरी, सनई वाजवणाऱ्या कलावंतांच्या सह्यांमध्ये अशा प्रकारच्या रेघा आवर्जून पाहावयास मिळतात. अशा व्यक्तींच्या निणर्यामध्ये कुठेही आततायीपणा नसतो. मनावर संयम असतो. मितभाषी मनोवृत्ती आढळते. जीवनातील कडवट, दु:खद प्रसंग विसरण्याचा स्वत:च प्रयत्न करतात.

३५) अखंड रेघ

ज्या व्यक्तींच्या सह्यांमध्ये अखंड रेघ आढळते, हस्ताक्षरात अखंड रेघ आढळते अशा व्यक्तींचे आयुष्य साचेबंद असते. जो आपल्याला जमणार नाही तो

आपला मार्ग नाही असे या व्यक्तींचे धोरण असते. सरळ रेघेप्रमाणेच अशा व्यक्तींचे वागणे सरळ असते. अशा व्यक्तींना राजकारणात रस नसतो. कुणाच्या अध्यात नाही की कुणाच्या मध्यात नाही, आपण बरे आणि आपले काम बरे अशी वृत्ती असते. अशा व्यक्ती समाजात अलिप्तपणाने वावरतात. त्या कुणात फारशा मिसळत नसल्या तरी त्यांचा कुणाला त्रासही होत नाही. ह्या व्यक्ती सतत कार्यमग्न असतात. व्यवहाराला धरून वागणाऱ्या असतात. हाती घेतलेले काम पूर्णत्वाकडे नेण्याची वृत्ती असते.

३६) गतिमान दाट रेघ

ज्या व्यक्तींच्या हस्ताक्षरात, सहीमध्ये गतिमान रेघ आढळते अशा व्यक्तींच्या मुख्यत्वे मनावर ताबा शेवटपर्यंत राहू शकत नाही. भावनेच्या आहारी जातात. प्रसंगी शेवटच्या टोकालाही जातात. विशेषकरून आयुष्यात अपयश मिळालेल्या क्षणी, मनाविरुद्ध जेव्हा एखादी घटना घडते अशा क्षणी ह्या व्यक्ती कुठल्याही टोकाला जाऊ शकतात. आयुष्याचा शेवट गूढ पद्धतीने झालेल्या काही व्यक्तींच्यामधे अशा रेघा आढळतात. अशा व्यक्तींच्या मनात खळबळजनक विचार चालू असतात. अशा व्यक्तींचा झटकन कोणावर विश्वास बसत नाही. गूढकथा लेखक, गूढ विद्येचे अभ्यासक यांच्या हस्ताक्षरातही अशा रेघा आढळतात.

३७) उंचावणाऱ्या रेघा

ज्यांच्या सहीत, हस्ताक्षरात ऊर्ध्वगामी / उंचावणाऱ्या रेघा आढळतात अशा व्यक्ती अत्यंत उच्च महत्त्वाकांक्षी असतात. लक्षवेधी मनोवृत्ती असते. स्तुतिप्रियता असते. भिन्नलिंगी व्यक्तीविषयी तीव्र आकर्षण असते. ट्रेकिंग, फोटोग्राफी, अभिनय आदी गोष्टींची आवड दर्शवते. अत्यंत शौकीन, खर्चिक मनोवृत्ती असते. अशा व्यक्तींना आयुष्यामध्ये नवीन नवीन आवाहने स्वीकारायला आवडतात. प्रबळ इच्छाशक्ती असते. ह्या व्यक्ती स्पर्धात्मक पातळीवर यशस्वी होतात. परंतु प्रसंगी मित्रमंडळींबाबत दुराभावही निर्माण होतो. आत्मकेंद्रित प्रवृत्तीही बळावली जाते. सामाजिक क्षेत्रातील व्यक्ती मात्र आपला स्वतंत्र ठसा उमटवण्यात विशेष यशस्वी होतात.

३८) रेघेखाली टिंब

हस्ताक्षरात अथवा सहीत रेघेखाली टिंब असल्यास त्यातून सदर व्यक्तीमधील प्रबळ आत्मविश्वास प्रकट होतो. अशा व्यक्ती धोरणी असतात. स्वत:च्या मताशी शेवटपर्यंत ठाम असतात. शब्दाला फार किंमत देणाऱ्या असतात. दिलेला शब्द पाळतात. विश्वासार्हता असते. स्वकर्तृत्वावर विश्वास असतो. रेघेखालील टिंब जर

गडद असेल तर अशी व्यक्ती अत्यंत भावुक असते. हळव्या मनोवृत्तीची असते. अशा व्यक्तींना दर्दभरी गाणी आवडतात. नातेवाइकांना, मित्रांना लिहिलेल्या पत्रातून ओतप्रोत आत्मीयता, जिव्हाळा साठलेला दिसतो. ह्या व्यक्ती अत्यंत Home-Sick वृत्तीच्या असतात. स्वतःची दुःखं अत्यंत गहिवरून सांगतात. आवडत्या व्यक्तीविषयी तीव्र ओढ असते. रेघेखाली तुटक रेघा असतील तर अशी व्यक्ती मुक्त प्रवृत्तीची असते. मनाने राजा असते. सतत आनंदी, उत्साही चेहरा असतो. नसानसांतून चैतन्य सळसळत असते. उडत्या चालीची गाणी आवडतात. अशा व्यक्तींमध्ये आवाजात विविधताही आढळते. काही व्यक्तींबाबत घशाचा त्रास असलेलाही जाणवतो. खुल्या हृदयाच्या, दिलदार मनाच्या असतात. कुठलीही गोष्ट मनात ठेवत नाहीत. स्वतः आनंदी रहायचं, दुसऱ्यालाही त्यातून आनंद द्यायचा हा त्यांचा धर्म असतो. अशा व्यक्ती लहान मुलांना फार झटकन लळा लावतात. आपल्या हरहुन्नरी व्यक्तिमत्त्वातून अशी माणसं मुक्तपणे गातात, मुक्तपणे हसतात आणि रडतातही (म्हणजे आपलं दुःखही तेवढ्याच मोकळेपणाने जगाला सांगतात.) नजर चाणाक्ष.

३९) अक्षर किंवा संख्येखाली रेघ मारणे

हस्ताक्षरातील मजकुरामध्ये विशिष्ट शब्दाखाली अथवा संख्या किंवा तारखेखाली रेघ मारली असेल तर त्यातून त्या व्यक्तीमधील काटेकोर प्रवृत्ती दिसते. कुठल्याही बाबतीत सावधगिरीची भावना असते. दुसऱ्याला शब्दात बांधून घेण्याची वृत्ती असते. करारी प्रवृत्ती असते. कुठलीही गोष्ट एकदा ठरल्यावर जर संबंधित व्यक्तींकडून अपेक्षित सहकार्य मिळाले नाही तर अशा व्यक्ती आपली आग्रही भूमिका सोडत नाहीत. ह्या व्यक्ती कागदपत्रे अत्यंत काळजीपूर्वक हाताळतात. त्यांची स्मरणशक्ती चांगली असते. कुठलेही मतप्रदर्शन निराधार नसते. व्यवस्थितपणा आणि शिस्तप्रियता हे त्यांचे गुण असतात. प्रसंगी अगदी कायद्यावर बोट ठेवून वागतात. व्यवहारात त्यांचे वागणे चोख असते.

४०) उभट रेघा

अशा व्यक्तींना कुठल्याही बाबतीत वाजवीपेक्षा अधिक वेळ लागतो. एक प्रकारची चेंगट मनोवृत्तीच असते. निर्णय घ्यायला विलंब लागतो. पैसा राखून असतात. आवश्यक तिथेसुद्धा पैसा पुरेसा खर्च करण्याकडे कल नसतो. आर्थिकदृष्ट्या जर दुर्बल असतील, तर बराच कालावधी लागला तरी अशा व्यक्ती जिद्दीने पुढे येतात. त्यांचे काम शिस्तीचे म्हणजे थोडे अतीच असते, फक्त वेळेचे गणित मात्र साधू शकत नाहीत. ह्या व्यक्ती चाकोरीबाहेर जाण्यास उदासीन असतात. अचानक एखादी समस्या आली तर हतबल होतात.

४१) अक्षरामधून येणारी रेघ

ज्या व्यक्तींच्या हस्ताक्षरात अथवा सहीमध्ये छेदून पुढे रेघ येत असेल तर अशा व्यक्तींचा स्वाभिमान फार लवकर दुखावला जातो. अशा व्यक्तींचे कुठल्याही चर्चेत अथवा वादग्रस्त प्रश्नातील वक्तव्य अत्यंत स्फोटक असे ठरणारे असते. त्यांची दुसऱ्यावर टीका करण्याची पद्धत अत्यंत जहाल असते. स्वत:हून शत्रुत्व ओढून घेतात. ह्या व्यक्ती पूर्वदूषितग्रहातून वावरत असतात. मनावर फार काळ ताबा राहू शकत नाही. उच्च रक्तदाबाचे प्रमाण अशा व्यक्तींमध्ये जास्त आढळते. भिन्न लिंगी व्यक्तीविषयी तीव्र आकर्षण असते. फार झटकन आकृष्ट होत असते. शृंगारात विकृतीही संभवते.

४२) वर्तुळकार रेघा

वर्तुळाकार रेघा असलेल्या व्यक्ती अत्यंत मितभाषी आणि एकांतप्रिय असतात. शांत स्वभाव असतो. विरोधी मत अत्यंत मवाळपणे व्यक्त करतात. ही माणसं श्रद्धाळू असतात. सात्विक असतात. निर्णय धीमेपणाने घेतात. आध्यात्मिक प्रवृत्तीच्या व्यक्तींना प्रत्यक्ष तीर्थक्षेत्राच्या ठिकाणी जाऊन उपासना करायला त्यांना आवडते. ह्या व्यक्तींना दूरदृष्टी असते. सन्मार्गी असतात. पारंपरिक विचारांचा त्यांच्यावर पगडा असतो. त्यांच्या स्वभावात अत्यंत संवेदनशीलता आणि हळुवारपणा असतो. प्रलोभनापासून दूर असतात. त्यांची कशात आशा अडकून राहत नाही. प्रामाणिकपणा हा त्यांचा पिंड असतो. ध्येयप्रेरित असतात. चाकोरीच्या बाहेर जायला त्यांना आवडत नाही.

४३) एक संथ सरळ रेघ

अशा व्यक्तींमध्ये कमालीची चिकाटी असते. आपल्या आवडत्या क्षेत्रात ही मंडळी प्रदीर्घकाळ सातत्याने कार्यरत असतात. त्यांना कंटाळा हा माहिती नसतो. एकाग्रता, तन्मयता, चिंतनशीलता, समरसता हे विशेष गुण त्यांच्यात असतात. आपल्या बोलण्यातून कुणी दुखावला जाणार नाही याची ते सतत काळजी घेत असतात. संबंधित व्यक्तींशी अत्यंत आत्मीयता, अदब, जिव्हाळा असतो. दुसऱ्याचे भले चिंतत असतात. बोलण्यात सौम्यपणा असतो. प्रयत्नाच्या बळावर यश मिळवतात. स्वत:च्या अडचणी, दु:ख, दुसऱ्याला सांगण्याविषयी उदासीनता असते. स्वभाव मृदू आणि लाघवी असतो. उजेडातील प्रखरपणा त्यांना आवडत नाही. खाण्यापिण्याची आवडही सौम्यच असते. आपल्या प्रेमळ मनोवृत्तीने, मोठ्या मनाच्या व्यक्तिमत्त्वातून ही माणसं सारे जग जिंकतात. कमी रक्तदाबाचे प्रमाण अशा समतोल व्यक्तींत अधिक आढळते.

४४) अपवादाने तुटक रेघ

ज्यांच्या हस्ताक्षरात अपवादाने तुटक रेघा आढळतात अशा व्यक्ती विलक्षण बडबड्या असतात. तुटक रेघेचे स्वरूप काहीशा फराट्याच्या प्रमाणात असते. ह्या व्यक्तींच्या मनात सतत काही ना काही तरी येत असतं आणि ते ऐकून घेण्याकरता त्यांना कुणीतरी श्रोता हवा असतो. त्यामुळे त्यांच्या तावडीत जो सापडतो त्याला सक्तीने त्याचा श्रोता बनण्याशिवाय गत्यंतर नसते. ही मंडळी बऱ्याचदा आपल्या बोलण्यातून आयुष्यातील बराचसा वेळ वाया घालवत असतात. बुद्धीला अनाठायी ताण देत असतात. त्यांच्या मनाला कधीच स्वास्थ्य लाभत नसते. आत्मविश्वासाचा अभावही आढळतो. कुठल्याही गोष्टीत ते एकाग्रता साधू शकत नाहीत. अत्यंत चंचल मनोवृत्ती असते. ही माणसे पूर्णपणे निष्पाप मनोवृत्तीची असतात. भाबडेपणा असतो. त्यांच्यात वाजवीपेक्षा जास्त मनाचा मोकळेपणा असल्याने त्याचा संधिसाधू मंडळी कित्येकदा गैरफायदा घेतात. त्यांच्या धोरणात, निर्णयात ठामपणा नसतो. त्या मंडळींना आयुष्याच्या उत्तरार्धात निद्रानाशाचा विकार संभवतो.

४५) काहीशी गडद रेघ

काहीशी गडद रेघ असलेल्या व्यक्ती हळव्या मनोवृत्तीच्या असतात परंतु त्या भावनेला आवर घालतात. काही न बोलणे अथवा अबोला हे त्यांच्या अनुत्तरित प्रश्नाचे मनातील कोंडमाऱ्याचे प्रतीक असते. ही माणसं स्वत:शी स्वप्नं रंगवत असतात. परंतु जर थोडा प्रतिसाद मिळाला नाही तर आतल्या आत खचून जातात. मनाने ठिसूळ असतात. प्रतिकूल मत व्यक्त करताना तीव्रतेचा अभाव असतो. वादग्रस्त प्रश्नात त्यांचे बचावात्मक धोरण असते किंबहुना ते माघारच घेतात. ह्या व्यक्तींच्या मनात कल्पना बऱ्याच येत असतात, परंतु समर्थनशैलीचा अभाव असतो.

४६) दुर्बोध सहीतील छेद देणाऱ्या रेघा

दुर्बोध सहीतील छेद देणारी रेघ ही नकारात्मक भूमिका दर्शवते. आपले तेच खरे असा सूर असतो. अशा व्यक्तींमध्ये गुप्त कट-कारस्थान करण्याची प्रवृत्तीही संभवते. ह्या व्यक्ती राजकीय डावपेचात तरबेज असतात परंतु आत्मविश्वासामुळे एखादे कारस्थान अंगलटही येते. ह्या व्यक्ती असमाधानी प्रवृत्तीच्या असतात. काटकपणा असतो. वैचारिक अस्वास्थ्य असते. सहसा तडजोड करीत नाहीत. पडद्याच्या पाठीमागे आक्रमक यंत्रणा रचण्याकडे कल असतो. बंडखोर प्रवृत्तीही बळावण्याची अशा व्यक्तींबाबत शक्यता असते. प्रलोभनाच्या आहारी जाऊ शकतात.

४७) फराटे आणि गोलाई

ज्या व्यक्तींच्या हस्ताक्षरात अथवा सहीमध्ये फराट्यांबरोबर कमनीय अथवा

गोलाई असलेल्या रेषा असतील तर अशा व्यक्ती स्वत:च्या बोलण्यामुळे परिस्थिती, वातावरण गढूळ झाले असेल तर मोठ्या मनाने माघार घेऊन पुन्हा परिस्थिती आटोक्यात आणण्याचा प्रयत्न करतात. अशा व्यक्तींमध्ये उतावळेपणा असतो परंतु जर कुणी स्वभावाच्या मर्यादा जाणून दिल्या तर त्यानुसार निर्णयात बदल करण्याची तयारी दर्शवतात. वादग्रस्त विषयात बोलताना जरी कठोर बोलल्या तरी अशा व्यक्ती नंतर स्वत:च्या बोलण्याचे समर्थन करून पुन्हा दुरावलेल्या व्यक्तीशी जवळीकता निर्माण करतात.

४८) रेघेतील गती आणि दुर्बोधता

ज्यांच्या हस्ताक्षरात गतिमान आणि दुर्बोध रेघा असतात अशा व्यक्ती अत्यंत आक्रमक प्रवृत्तीच्या असतात. विशेषत: याध्द्यांच्या हस्ताक्षरात, सहीमध्ये अशा रेघा आढळतात. बोलण्यामध्ये तीव्र धारदारपणा असतो. अंगात चपळपणा असतो. प्रबळ इच्छाशक्ती आणि आत्मविश्वास असतो. परंतु दुर्बोधतेमुळे प्रसंगी अशा व्यक्तींना परिस्थितीचे भान राहू शकत नाही. फाजील आत्मविश्वासामुळे गाफीलपणा नुकसानकारक ठरतो. उच्च रक्तदाबाचे प्रमाण अधिक आढळते. पडणे, कापणे, खरचटणे, अपघात होणे इ. शारीरिक त्रास अशा व्यक्तींना संभवतो. अशा व्यक्ती निर्णय फार झटकन घेतात. तीक्ष्ण दृष्टी असते. अचूक नेम असतो.

४९) कंपित रेघा

ज्या व्यक्तींच्या हस्ताक्षरातील अथवा सहीतील रेघा ह्या कंपित स्वरूपाच्या असतील तर अशा रेघा सदर व्यक्तीमधील प्रवृत्तीच्या मर्यादा दर्शवितात. अशा रेघा यश शक्यता दर्शवतात. सदर रेघा वृद्धावस्था दर्शवतात. जर व्यक्ती वृद्ध नसेल तर द्रव्यव्यसनाचा शरीरावर वाढता विपरीत परिणाम संभवतो. अशा व्यक्तीची सहनशीलता कमी झालेली असते. शारीरिक, मानसिक संयमावर मर्यादा आलेल्या संभवतात. ह्या व्यक्ती भावनेच्या आहारी जातात.

५०) उभ्या रेघेला नागमोडी वळण

उभ्या रेघेला खाली नागमोडी वळण असेल तर अशा व्यक्तीला उंचावरून पडण्याची भीती प्रकट करते. अशा व्यक्तींच्या विचारात प्रगल्भता असते. माणसाची अचूक पारख असते. अशा व्यक्तींच्या बोलण्यात मवाळपणा असतो. विरोधी मत अप्रत्यक्षरीत्या व्यक्त करण्याकडे कल असतो. त्यांच्यामध्ये सुरक्षिततेची जाणीव असते. तंतुवाद्याची आवड असते.

५१) हळुवार छेद देणारी रेघ

ज्या व्यक्तीच्या हस्ताक्षरात अथवा सहीमध्ये एखाद्या रेघेला दुसरी रेघ हळुवारपणे छेद देत असेल तर अशी व्यक्ती दुसऱ्या व्यक्तीला अत्यंत विश्वासात घेऊन, त्या व्यक्तीच्या कलाने घेऊन त्या व्यक्तीचा दोष/चूक, कौशल्याने दाखवून देत असते. अशा व्यक्ती दुसऱ्याचे दोष गुणासारखेच सांगत असतात. संबंधात असलेल्या व्यक्तीशी मतभेद जरी असले तरी उणिवा अथवा दोषांकडे दुर्लक्ष करण्याचा मनाचा मोठेपणा अशा व्यक्तींकडे असतो. अचूक निरीक्षण दृष्टी ह्या माणसांमध्ये असते.

५२) गाठी विरहित बारीक रेघा

अशा व्यक्तींमध्ये विलक्षण निरीक्षण सामर्थ्य असते. वैचारिक प्रभाव त्यांच्या व्यक्तिमत्त्वातून सर्वत्र पडत असतो. कल्पनाशक्तीचा विलास त्यांच्या विचारातून पाहावयास मिळतो. दूरदृष्टी असते. कुठल्या गोष्टीचा नेमका काय परिणाम होईल याचा ह्या व्यक्ती अचूक अंदाज बांधू शकतात. माणसांची अचूक पारख जरी असली तरी ही माणसं समाजामध्ये अत्यंत अलिप्त रीतीने वावरतात. वाचनाची आवड असते. तीव्र आकलन आणि स्मरणशक्ती असते. समीक्षकाची नजर असते. ह्या व्यक्ती विचारप्रधान असतात.

५३) विस्कळीत अथवा प्रमाणबद्धतेचा अभाव असणाऱ्या रेघा

ज्या व्यक्तीच्या हस्ताक्षरातील रेघा विस्कळीत असतात अथवा त्या रेघांमध्ये प्रमाणबद्धतेचा अभाव असतो, अशा रेघा निर्णयक्षमतेचा अभाव दर्शवतात. परिपक्वतेचा अभाव असतो. अशा व्यक्तींनी जरी निर्णय घेतला तरी त्यात सर्व बाजूंचा विचार केलेला नसतो. निर्णयामागे ठामपणा नसतो. चांगले काय, वाईट काय याविषयीच्या त्यांच्या संकल्पना स्पष्ट झालेल्या नसतात. प्रसंगी अशा व्यक्ती भावनेच्या आहारी देखील जातात.

५४) मुक्त रेघा

अशा व्यक्तींना थोड्या मजकुरासाठी जास्त कागद वापरावा लागतो. हस्ताक्षरातील रेघा संयमित नसतात. त्यांच्यातील अत्यंत मनमोकळ्या स्वभावाचे यातून दर्शन घडत असते. अशा व्यक्ती मनामध्ये काही ठेवत नाहीत. निरपेक्ष वृत्तीने सर्वांवर प्रेम करीत असतात. तडजोड वृत्ती, साधेपणा, मनाचा मोठेपणा यातून अशा व्यक्ती असंख्य माणसे जोडतात.

५५) रेघांमधील विलक्षण चढउतार

अशा व्यक्ती उच्च महत्त्वाकांक्षी असतात. विचारांमध्ये खोली असते, प्रगल्भता

असते. नावीन्याच्या शोधात असतात. अभ्यासू मनोवृत्ती असते. निर्मितीचे विलक्षण आकर्षण असते. त्यांचे आयुष्य विविधतेने नटलेले असते. निर्णयामध्ये लवचिकता असते. कलाक्षेत्रातील मंडळी व्यासपीठ गाजवतात. स्वकर्तृत्वावर विश्वास असतो. प्रबळ इच्छाशक्तीमध्येच त्यांनी निम्मे यश मिळवलेले असते. व्यासंगासाठी मनसोक्त पैसा खर्च करतात. उच्च अभिरुची असते.

५६) गतिमान गोलाई

ज्यांच्या हस्ताक्षरामधील अथवा सहीमधील रेघांमध्ये गतिमान गोलाई आढळते अशा व्यक्ती तत्काळ निर्णयक्षमता आणि गतिमान अचूक कार्यक्षमता ह्या विशेष स्वभाव गुणांमुळे त्यांचे व्यक्तिमत्त्व सर्वांना भारावून टाकणारे असते. अत्यंत दिलदार मनोवृत्ती असते. कुठल्याही गोष्टींसाठी झोकून देऊन काम करण्याची हुकूमत असते, चैतन्य असते. लक्षवेधी मनोवृत्ती असते. त्यांच्या शब्दाला वजन असते.

५७) उभट रेघेला खाली बाक

ज्या व्यक्तींच्या सहीत, हस्ताक्षरात उभट रेघेला खाली बाकदार वळण असते, अशा व्यक्ती मनमिळावू वृत्तीच्या असतात. त्यांच्यात मिश्किलपणा असतो. अशा व्यक्तींचा चेहरा गंभीर जरी असला तरी मनात चित्रविचित्र कल्पना चालू असतात. त्यांची निरीक्षक मनोवृत्ती असते. विविध गोष्टींतून ज्ञान आत्मसात करण्याकडे कल असतो. अशा व्यक्तींना सारखे आरशात पाहायला आवडते. नाकावर गॉगल, चष्मा पुढे घेऊन बोलण्याची मिस्कील वृत्तीही असते. डोळ्यांत बोलकेपणा, बेरकीपणा असतो. अत्यंत मार्मिक मतप्रदर्शन करीत असतात.

५८) कमनीय रेघा

कमनीय रेघा ह्या माणसातील तरल प्रवृत्ती दर्शवतात. ह्या व्यक्ती शांत मनोवृत्तीच्या असतात. कुठल्याही गोष्टीचा आनंद त्यांना घाई गडबडीत घ्यायला आवडत नाही. एकांतात निवांतपणे तासन्तास गप्पागोष्टी करणे, दर्जेदार पुस्तकं वाचणे, सुंदर तरल गाणी ऐकणे. इ. मध्ये या व्यक्ती रमून जात असतात. व्यवस्थितपणा आणि सुबकता हा त्यांचा मूलभूत स्वभावधर्म असतो. सौंदर्यदृष्टी असते. कलेची आवड असते, चांगली जाण असते. कुठलेही काम नियोजनबद्ध पद्धतीने करायला आवडते. क्लिष्ट कामांबाबत ह्या व्यक्ती उदासीन असतात. संघर्षापासून दूर राहण्याच्या प्रयत्नात असतात. कुठलाही प्रश्न समन्वयातून सोडवण्याकडे आग्रह असतो.

***

नमुना एक
लहान रेघ

नमुना दोन
मोठी रेघ

नमुना तीन
खालून वर जाणारी रेघ

नमुना चार
वरून खाली येणारी रेघ

नमुना पाच
दुबळी रेघ

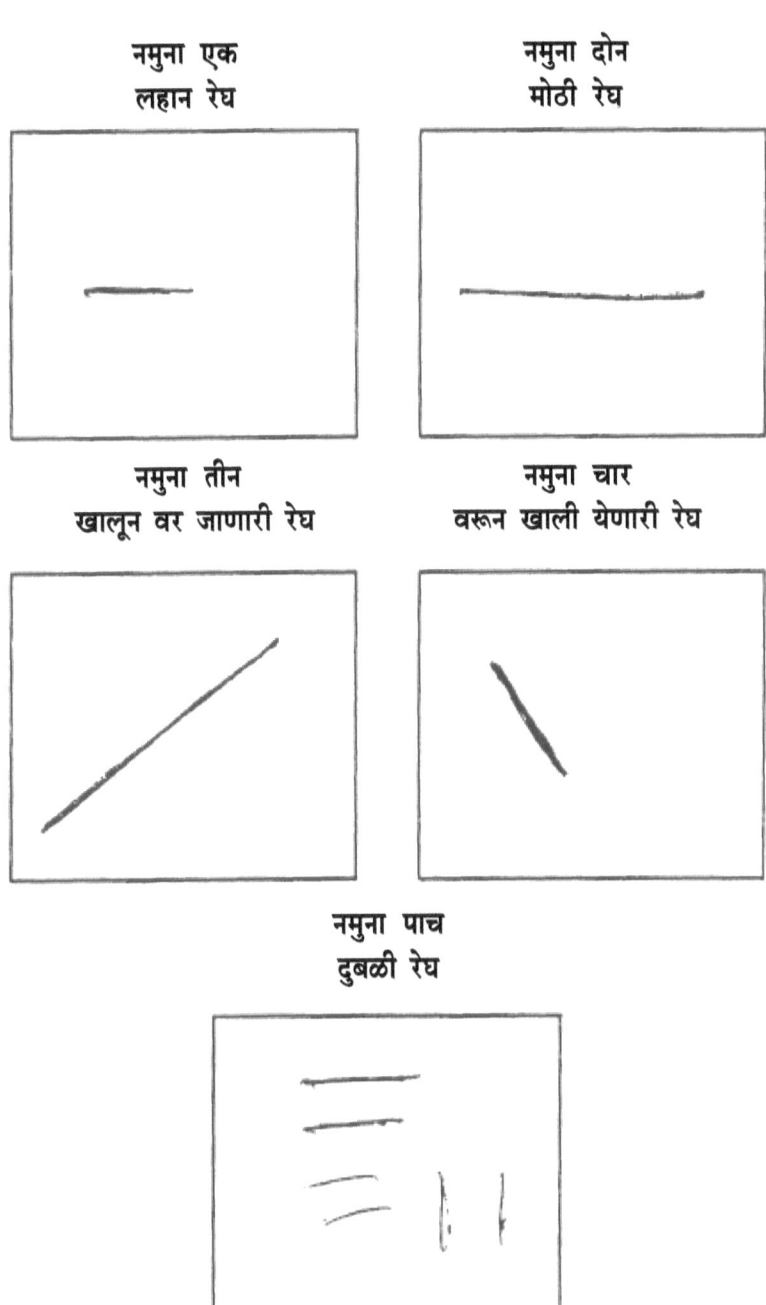

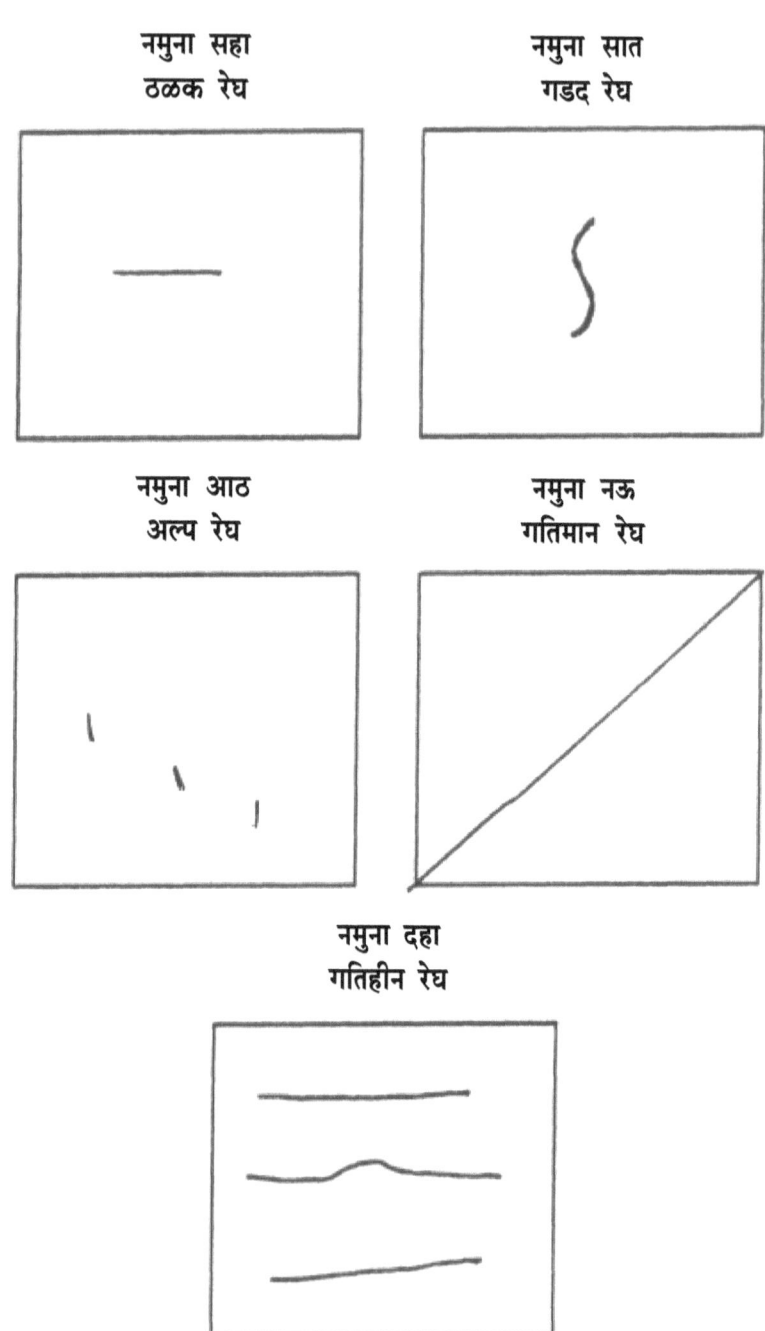

नमुना सहा
ठळक रेघ

नमुना सात
गडद रेघ

नमुना आठ
अल्प रेघ

नमुना नऊ
गतिमान रेघ

नमुना दहा
गतिहीन रेघ

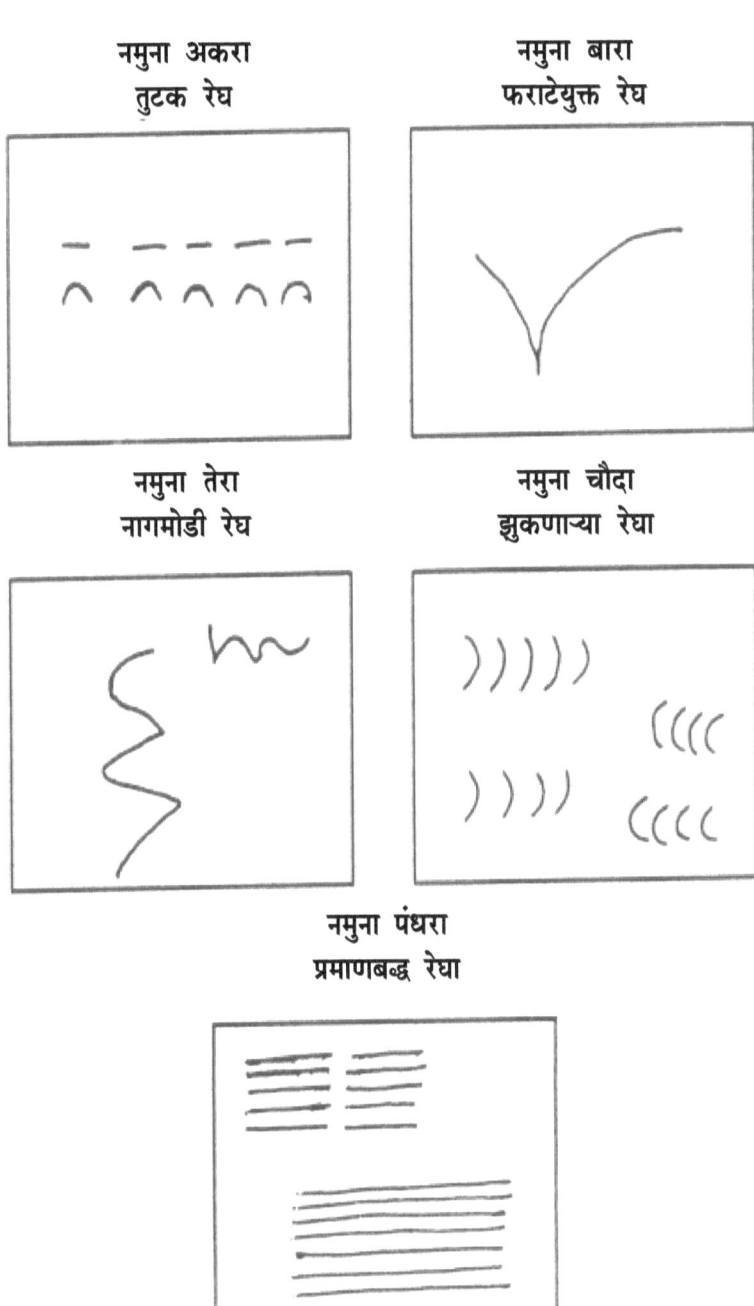

नमुना अकरा
तुटक रेघ

नमुना बारा
फराटेयुक्त रेघ

नमुना तेरा
नागमोडी रेघ

नमुना चौदा
झुकणाऱ्या रेघा

नमुना पंधरा
प्रमाणबद्ध रेघा

नमुना सोळा
स्वैर रेघा

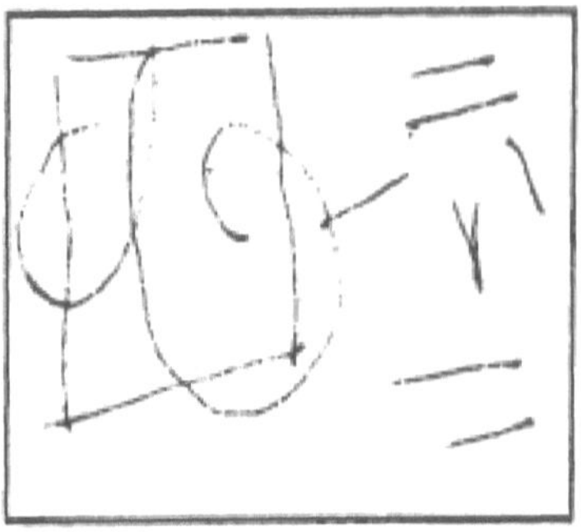

नमुना सतरा
दाट रेघा

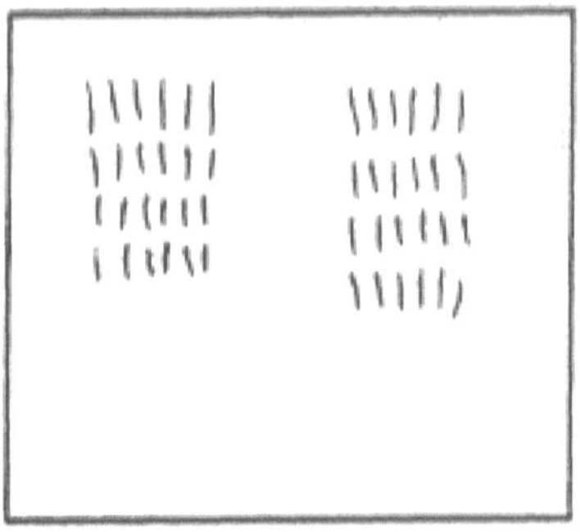

नमुना अठरा
समांतर रेघा

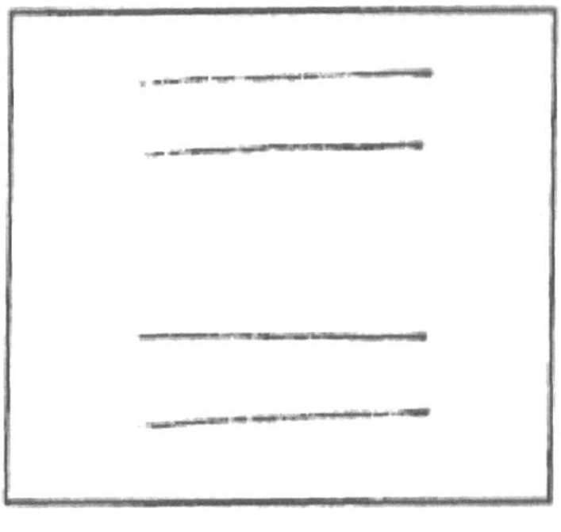

नमुना एकोणीस
पुसट रेघा

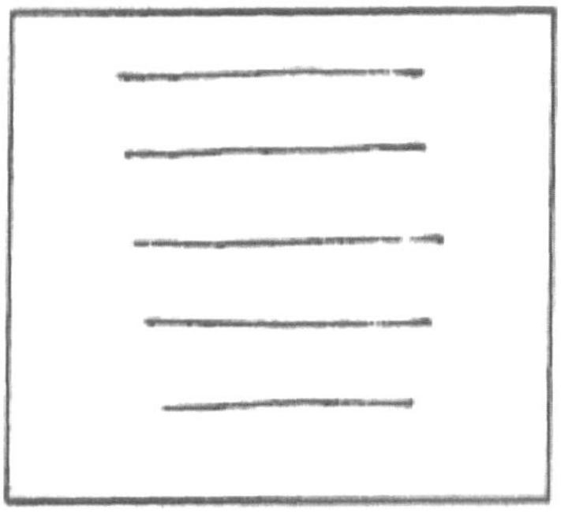

नमुना वीस
छेद देणाऱ्या रेघा

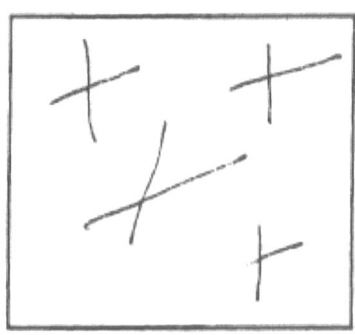

नमुना एकवीस
गोलाई असलेल्या रेघा

नमुना बावीस
बहिर्वक्र रेघा

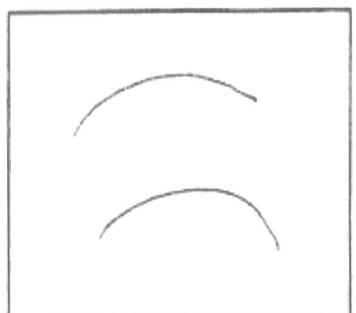

नमुना तेवीस
पुढे जाऊन मागे येणारी रेघ

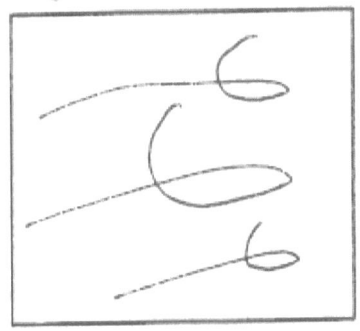

नमुना चोवीस
अवाजवी गोलाई असलेल्या रेघा

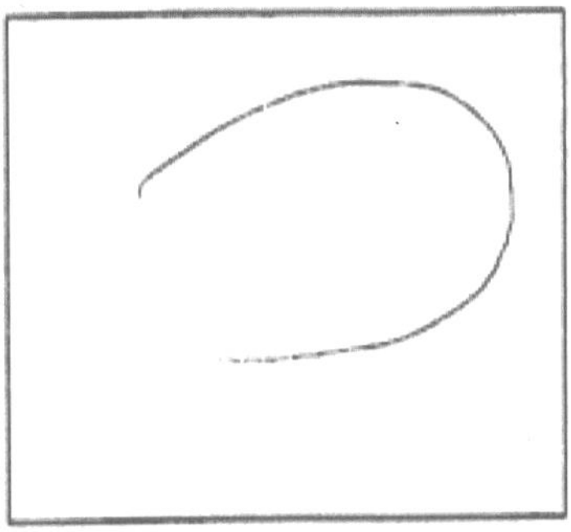

नमुना पंचवीस
गाठीयुक्त रेघ

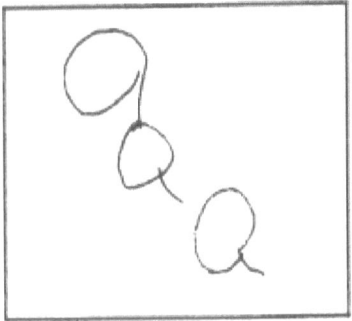

नमुना सव्वीस
झोकून दिलेली रेघ

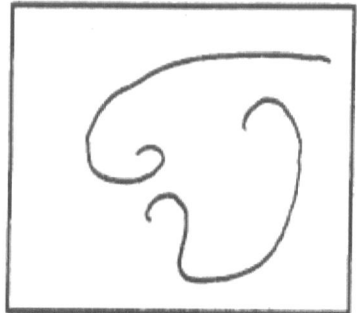

नमुना सत्तावीस
रेघेच्या शेवटी ठळकपणा

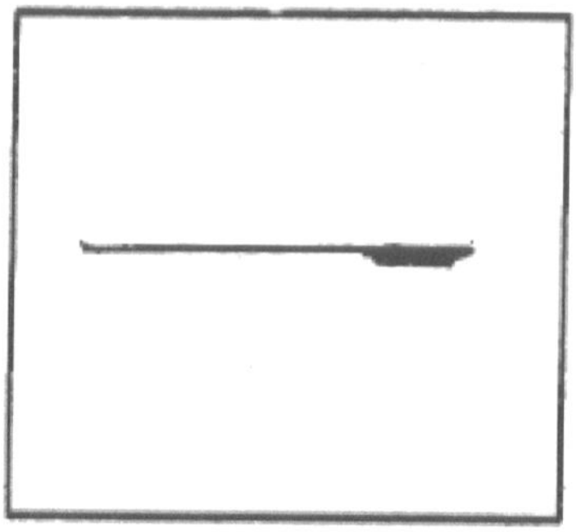

नमुना अठ्ठावीस
अलंकृत रेघ

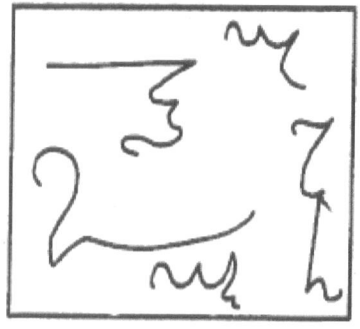

नमुना एकोणतीस
खाडाखोड केलेली रेघ

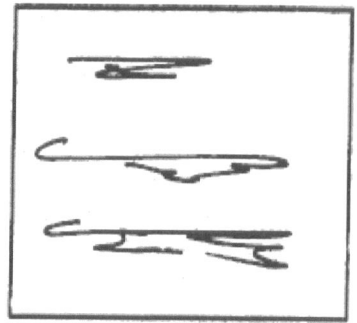

नमुना तीस
शेवटी वळणारी रेघ

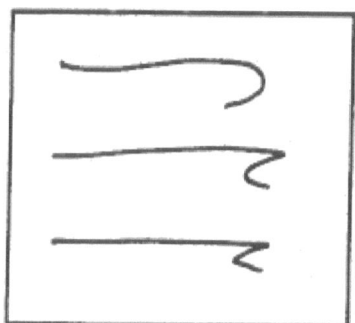

नमुना एकतीस
हस्ताक्षरातील गाठीविरहित

नमुना बत्तीस
रेघा पसरट होणार रेघ

नमुना तेहतीस
साखळी पद्धतीची रेघ

नमुना चौतीस
रेघेवर गुंफलेली रेघ

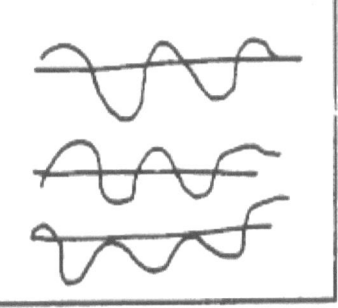

नमुना पस्तीस
अखंड रेघ

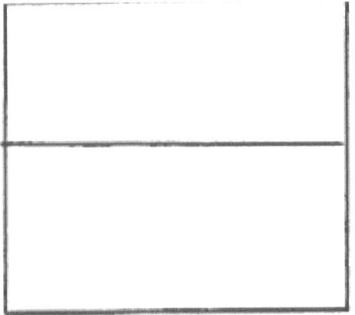

नमुना छत्तीस
गतिमान दाट रेघ

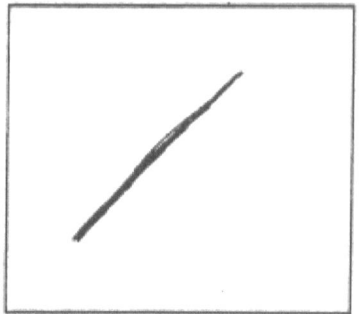

नमुना सदतीस
उंचावणाऱ्या रेघा

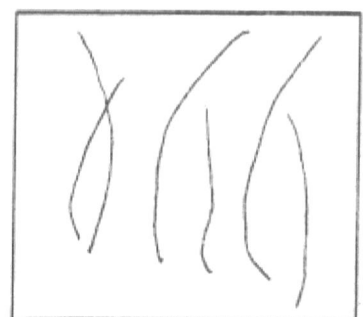

नमुना अडतीस
रेघेखाली टिंब

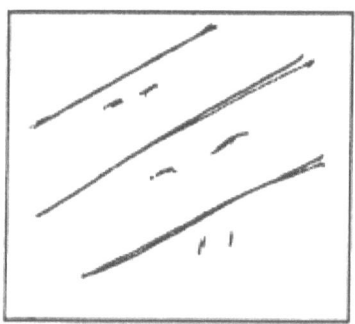

नमुना एकोणचाळीस
अक्षर किंवा संख्येखाली रेघ

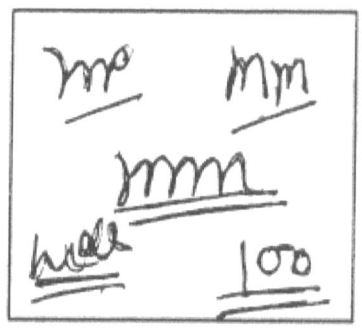

नमुना चाळीस
उभट रेघ

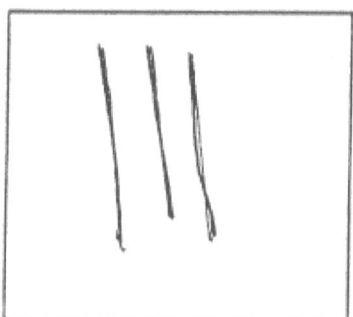

नमुना एक्केचाळीस
अक्षरांमधून येणारी रेघ

नमुना बेचाळीस
वर्तुळाकार रेघा

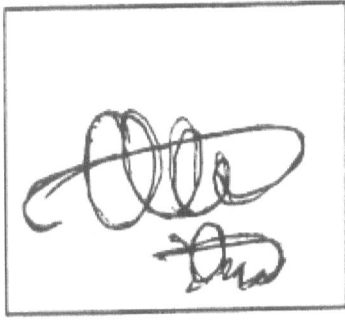

नमुना त्रेचाळीस
एक संथ सरळ रेघ

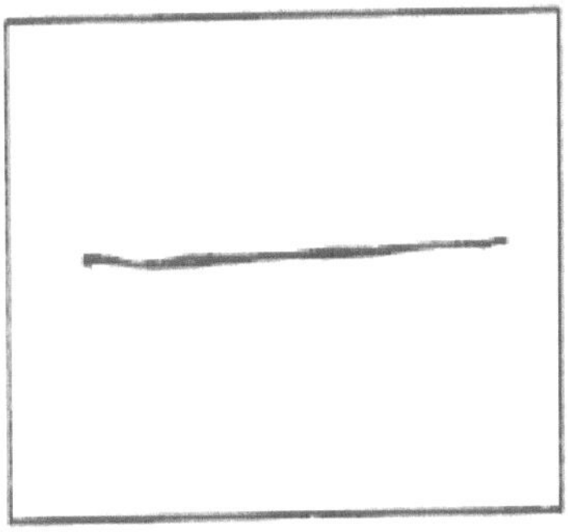

नमुना चव्वेचाळीस
अपवादाने तुटक रेघ

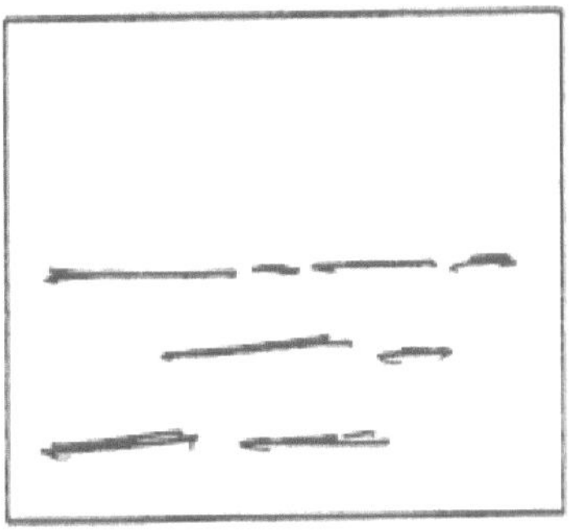

नमुना पंचेचाळीस
काहीशी गडद रेघ

नमुना शेहेचाळीस
दुर्बोधसरीत छेदणारी

नमुना सत्तेचाळीस
फराटे आणि गोलाई

नमुना अठ्ठेचाळीस
गतिमान आणि दुर्बोधता

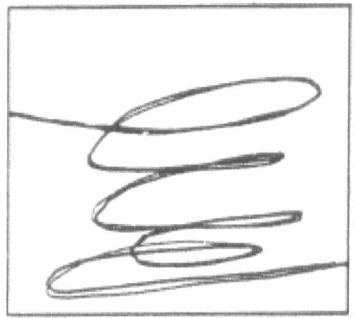

नमुना एकोणपन्नास
कंपित रेषा

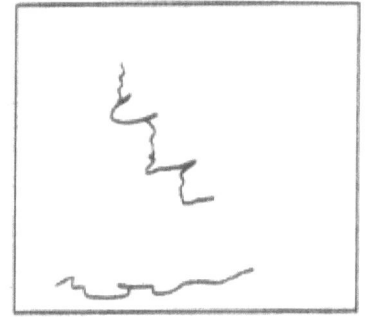

नमुना पन्नास
उभ्या रेघेला खाली नागमोडी वळण

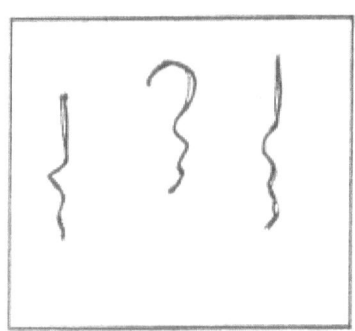

नमुना एक्कावन्न
रेघेला हळुवार छेद

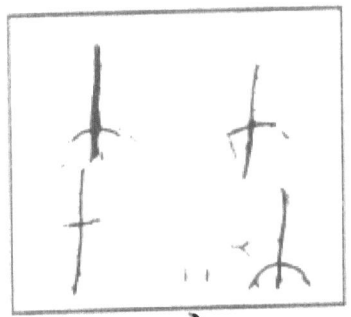

नमुना बावन्न
बारीक आणि गाठीविरहित रेघा

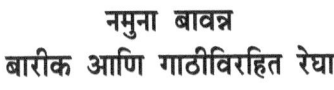

नमुना त्रेपन्न
विस्कळित/प्रमाणबद्धतेचा अभाव असलेल्या रेघा

नमुना चोपन्न
मुक्त रेघा

नमुना पंचावन्न
रेघांमधील विलक्षण चढ-उतार

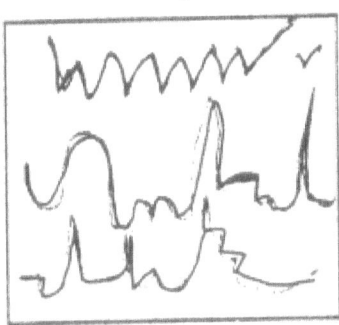

नमुना छपन्न
गतिमान गोलाई

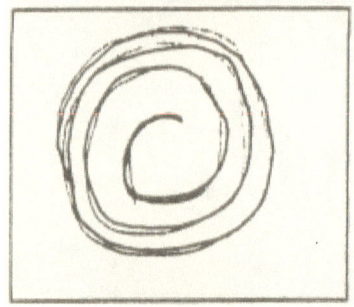

नमुना सत्तावन्न
उभट रेघेला खाली बाक

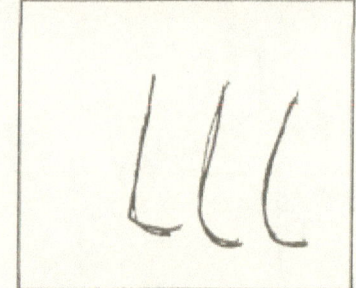

नमुना अठ्ठावन्न
कमनीय रेघ

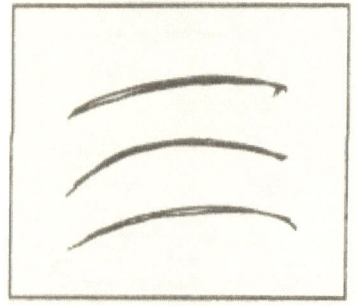

डॉ. मधुसूदन घाणेकर

डॉ. मधुसूदन घाणेकर हे १९७५ पासून 'हस्ताक्षर आणि स्वभाव'विषयक संशोधनक्षेत्रात कार्यरत आहेत. या शास्त्राचे डॉ. घाणेकर यांनी पूर्णपणे स्वतंत्ररीत्या संशोधन करून त्यास त्यांनी 'हस्ताक्षर मनोविश्लेषणशास्त्र' असे नाव दिले आहे. त्यांना १९९३ मध्ये या संशोधनकार्यासाठी 'अक्षरसम्राट' हा आंतरराष्ट्रीय पातळीवरील बहुमान प्राप्त झाला. त्यानंतर या शास्त्राचे संशोधन, प्रसार आणि प्रशिक्षणाच्या उद्दिष्टातून त्यांनी 'हँडरायटिंग ॲनॅलिसिस रिसर्च फाउंडेशन' ही संस्था स्थापन केली. आतापर्यंत या माध्यमातून सुमारे ५००० हून अधिक विद्यार्थ्यांनी डॉ. घाणेकर यांच्याकडून शिक्षण घेतले आहे. डॉ. मधुसूदन घाणेकर यांना श्रीलंकेच्या ओपन इंटरनॅशनल युनिव्हर्सिटीने १९९७ मध्ये 'डॉक्टरेट' पदवी दिली. त्यांना १८ जुलै १९९७ रोजी झालेल्या जगातील पहिल्या हस्ताक्षर मनोविश्लेषण परिषदेचे अध्यक्षपद भूषविण्याचा बहुमानही मिळाला.

मिलेनियम ॲवॉर्डसह आतापर्यंत डॉ. घाणेकर यांना १८ आंतरराष्ट्रीय पुरस्कार प्राप्त झाले आहेत. 'हस्ताक्षर मनोविश्लेषण'विषयक सर्वाधिक पुस्तके लिहिणारे भारतातील एकमेव लेखक म्हणून डॉ. घाणेकर यांची 'लिम्का बुक'मध्ये नोंदही झाली आहे. आतापर्यंत या विषयावर त्यांनी १५ विविध पुस्तके लिहिली आहेत.

डॉ. घाणेकर यांना २१ महत्त्वपूर्ण साहित्य संमेलनांसह २१ विविध आंतरराष्ट्रीय परिषदांचे अध्यक्षपद भूषविण्याचा बहुमान मिळाला आहे. विविध विषयांवर त्यांची आजतागायत २१६ पुस्तके प्रकाशित झाली असून त्यांत ३४ कवितासंग्रहांचा समावेश आहे.

डॉ. मधुसूदन घाणेकर हे आयनॉक्स इंटरनॅशनल युनिव्हर्सिटी, लंडनचे डीन असून अथर्व ज्योतिष विद्यापीठ, डॉ. मधुसूदन घाणेकर ब्रह्मध्यान विद्यापीठ आणि डॉ. मधुसूदन घाणेकर विश्वहास्य विद्यापीठ अशा ३ विद्यापीठांचे संस्थापक कुलपती आहेत. हा हा हा ऽऽ लाफ इंटरनॅशनल, फ्रेंड्स इंटरनॅशनल,

समिधा फाउंडेशन इंटरनॅशनल ह्या आंतरराष्ट्रीय संस्थांचे ते संस्थापक-अध्यक्ष असून जवळजवळ १८ संस्थांचे ते संस्थापक, अध्यक्ष, पदाधिकारी, सल्लागार आहेत.

हस्ताक्षर मनोविश्लेषण, एकपात्री अभिनय, ज्योतिष, ब्रह्मध्यान, चित्रपट, पार्श्वगायन, संपादन, कथा-पटकथा-संवाद लेखन, दिग्दर्शन, व्यंगचित्र, अभिनय, सामाजिक कार्य इत्यादी विविध क्षेत्रांसाठी डॉ. मधुसूदन घाणेकर यांना आतापर्यंत १०१ आंतरराष्ट्रीय पुरस्कार मिळाले आहेत. डॉ. घाणेकर यांनी त्यांच्या संस्थांमार्फत हजारो गुणवंतांना विविध पुरस्काराने सन्मानित केले आहे.

दि लीजेंड ऑफ दि वर्ल्ड पोएट्री, ऑस्कर मेमोरियल इंटरनॅशनल ॲवॉर्ड, चार्ली चॅप्लिन ॲवॉर्ड, कीरो ॲवॉड, इंटरनॅशनल मिलेनियम ॲवॉर्ड फॉर व्हीसल साँग्ज, किशोरकुमार इंटरनॅशनल ॲवॉर्ड, महंमद रफी इंटरनॅशनल ॲवॉर्ड, वर्ल्ड स्टार ॲवॉर्ड इत्यादी महत्त्वपूर्ण आंतरराष्ट्रीय पुरस्कार डॉ. घाणेकर यांना प्राप्त झाले आहेत.

भारतासह १४ देशांत डॉ. मधुसूदन घाणेकर यांचे 'सबकुछ मधुसूदन' या एकपात्री कार्यक्रमाचे प्रयोग गेली ५० वर्षे गाजत असून हवा कार्यक्रमाची २५,००० प्रयोगाकडे वाटचाल चालू आहे. डॉ. मधुसूदन घाणेकर हे 'हस्ताक्षर आणि स्वभाव'विषयक अक्षरातील प्रतिबिंब, अक्षरदर्शन, सहीयात्रा असे विविध एकपात्री कार्यक्रम करीत असतात.

बँका, खासगी कंपन्या, कोर्ट इत्यादी ठिकाणी डॉ. घाणेकर यांना अधिकृतरीत्या हस्ताक्षर मनोविश्लेषणतज्ज्ञ म्हणून बोलावले जाते. डॉ. घाणेकर यांच्या नावावर एका विश्वविक्रमासह १६ लिम्का बुक रेकॉर्ड्स आहेत.

'सबकुछ डॉ. मधुसूदन घाणेकर यांनी मधुरंग, राही, डहाळी, व्ही आर्टस्, डॉ. मधुसूदन घाणेकर कला अकादमी ह्या संस्था जुन्या हिंदी-मराठी चित्रपट गीतांसाठी स्थापन केल्या असून त्यामार्फत गाण्याच्या अनेक मैफली डॉ. घाणेकर सातत्याने गाजवत असतात. डहाळी, व्हिक्टोरियस, पूरियाधनाश्री, ध्यान महाराष्ट्र, अंभृणी याचे डॉ. मधुसूदन घाणेकर संपादक आहेत. डॉ. मधुसूदन घाणेकर हे 'ब्रह्मध्यान' विषयाचे जगातील एकमेव प्रवर्तक असून या कार्यासाठी त्यांना वुई स्पिरिच्युअल, युरोप तर्फे 'ब्रह्मर्षी' ही आंतरराष्ट्रीय उपाधि प्राप्त झाली आहे.

www.ingramcontent.com/pod-product-compliance
Lightning Source LLC
Chambersburg PA
CBHW031207260626
47169CB00004B/1275
* 9 7 8 9 3 5 1 1 7 0 2 2 8 *